இந்தியாவில் ஒரு தீவு

கலைஞர் மு. கருணாநிதி

Title: Indiavil Oru Theevu

Author: M. Karunanidhi

Language: Tamil

First Published on: 1978

Year of Publication: 2024

Book Format: Paperback

*Page Size: 6inch * 9inch*

Category: Essays

Subject: Political Essays

No. of pages: 76

ISBN: 978-81-997059-6-8

Published by: Nilan Publishers, Madurai, Tamilnadu, India

பொருளடக்கம்

குறிப்புகளுக்காக

என்னுரை

தமிழகம் வந்த இந்திராகாந்தி அம்மையார் அவர்களுக்கு, தி. மு. க. கறுப்புக் கொடி காட்டும் நிகழ்ச்சியை அறவழியில் நடத்தியபோது, காவல் துறையினரால் வன்முறையும், அடக்குமுறையும் கட்ட விழ்த்து விடப்பட்டு ஆயிரக்கணக்கான கழகத்தினர் கைது செய்யப்பட்டனர். அவர்களில் நானும் ஒருவன். 1977 அக்டோபர் திங்கள் இறுதியில் கைதாகி நாற்பது நாட்கள் சென்னைச் சிறையில் அடைபட்டிருந்தபோது எழுதியது இது! நாட்டின் வரலாற்றில் இது ஒரு பகுதி! பயன்படும் என்பதற்காக நூல் வடிவில் தரப்படுகிறது.

அன்புள்ள,

மு.கருணாநிதி

இந்தியாவில் ஒரு தீவு

இந்திய நாட்டு வரலாற்று ஏட்டில் நேருவின் குடும்பத்திற்காகப் பல நூற்றுக் கணக்கான பக்கங்களைப் படிக்க வேண்டியிருக்கும். வெள்ளையர்களின் ஆதிக்கக் கொடி நிழலுக்கு அஞ்சியொடுங்கி அடங்கி நடக்க வேண்டுமென்றிருந்த காலத்திற்கு விடை கொடுத்தனுப்ப விடுதலைத் தீ கொழுந்து விட்டெரிந்தபோது சுதந்திரப் போரின் சிப்பாய்களுக்கு வழி நடத்திச் செல்லும் தளபதிகளாக விளங்கியவர்களில் பண்டித மோதிலாலும் ஒருவர். அவரது திருமகன் நேரு பெருமகனார் விடுதலை கிடைக்கும் வரையில் போராடியவர் மட்டுமல்ல; விடுதலை பெற்ற இந்தியாவுக்குப் பிரதமராகவும் பதினேழு ஆண்டுக் காலம் பதவி வகித்து மறைந்தவர். நேருவின் ஆட்சிக் காலத்தை ஒளிமிகுந்த காலம் என்று மனம்விட்டுப் புகழ்ந்து, நாடு எல்லா வகையிலும் முன்னேறி வளங்கொழிக்கும் பூமி யாகிவிட்டது என்று பாராட்ட முடியாவிட்டாலும், அவர் ஜனநாயகத்தை மதித்திடக் கற்றவராகவே திகழ்ந்தார்.

அவரது அருமைச் செல்வியார் இந்திராகாந்தி அம்மை யார் ஜனநாயகம் என்ற சொல்லையும், சமதர்மம் என்ற சொல்லையும் உச்சரிக்காத மேடைகளே இல்லை எனலாம்!

ஆனால், பத்தாண்டுக்காலம் இந்தியப் பிரதமராக இருந்து, இந்திரா செய்த மகத்தான சாதனைகளில் ஒன்றாகவும், யாராலும் நினைத்துக்கூடப் பார்க்க முடியாததாகவும், சரித்திரத்தில் இடம் பெறும் அளவுக்கு உலகெங்கும் பரவியதாகவும் இருப்பது, இருபது மாதகால இந்திராவின் எதேச்சதிகாரம் பெற்றெடுத்த அவசர காலமெனும் நெருக்கடிக் குழந்தை!

அந்தக் குழந்தை, குழந்தைக்குரிய அழகுடனோ, பொலிவுடனோ பிறக்குமென்று எப்படி எதிர்பார்க்க முடியும்?

முசோலினியின் அகன்று பிளந்த வாயும், தடித்த உடலும்- இட்லரின் நறுக்கு மீசையும் நெற்றியில் நீண்டு தொங்கும் முடியும் கொண்டு "இந்திரா மாதா" பெற்றெடுத்த அந்தக் குழந்தை விளங்கியது.

குழந்தைப் பருவத்திலேயே உலகில் உள்ள சரித்திரங்களில் வர்ணிக்கப்படும் சர்வாதிகாரிகள் அத்தனை பேரின் மொத்த உருவமாக அது தோன்றியது.

இந்திய வரலாற்றில் இந்திரா காந்தியின் வளர்ச்சிக் கும் வீழ்ச்சிக்கும் ஏதோ ஒரு வகையில், ஆனால் மிக முக்கியமான வகையில் தமிழ்நாடு காரணமாக இருந்திருக்கிறது.

இதனைத் தெளிவாகப் புரிந்துகொண்டால், இந்திய நாட்டு வரலாற்றினை எழுதுகிறவர்கள், நமது முன்னாள் வரலாற்று ஆசிரியர்கள் செய்த தவற்றை மீண்டும் செய்ய மாட்டார்கள் என்று நம்புகிறேன்.

முன்னாள் வரலாற்று ஆசிரியர்கள் செய்த தவறு என்ன?

இந்தியா, பல ஆயிரம் ஆண்டுகளுக்கு முன்பு, இன்று நாம் காணுகிற நிலப்பரப்பைக் கொண்டதாக இல்லை.

தென்னகத்தின் உண்மை வரலாறு

தெற்கேயுள்ள தமிழ் நிலப்பகுதியே கடலுக்கு மேலே தலை நீட்டிக் கொண்டிருந்தது. கல்தோன்றி மண் தோன்றாக் காலத்தே முன்தோன்றிய மூத்த குடிமக்கள் வாழ்ந்த பகுதியாகத் தமிழகம் இருந்தது என்பதைச் சான்றுகளுடன் நிலநூல் வல்லார் விளக்குகின்றனர். இன்றுள்ள சிந்து சமவெளியோ, கங்கைச் சமவெளியோ அன்றில்லை. அவை, கடலுக்குள் இருந்து பல நூறாயிரம் ஆண்டுகட்குப் பிறகே வெளிக் கிளம்பின. இமயமலையும் அவ்வாறே!

இந்த உண்மையை நோக்குமிடத்து, இந்திய பூபாகத்திலும் சரி, அதனைச் சுற்றியுள்ள பகுதிகளிலும் சரி, முதன் முதலாக வரலாற்றுக்குரிய மக்கள் இனம் தோன்றி வாழ்ந்த இடமாகத் தென்புலம்தான் இருந் திருக்கிறது.

வரலாறு என்பது அரசர்களையோ, அல்லது ஆட்சிகளையோ சுற்றி வருவது என்றில்லாமல் மனித சமுதாயத்தையும், அதன் வாழ்க்கையின் படிப்படியான வளர்ச்சிகளையும் முறையாகத் தொகுத்துக் காட்டும் கருவூலமாக அமைதல் வேண்டும்.

இந்த அடிப்படை நோக்கு, என்ன காரணத்தாலோ பின்பற்றப்படாமல் இந்திய வரலாறு எழுதப் புகுந்தோர் அனைவரும், தங்கள் எழுத்தாணியைக் கங்கை நதி தீரத்தி லிருந்தோ, அல்லது கைபர் கணவாயிலிருந்தோ தான் ஓடவிட்டார்கள்.

இதனை மனோன்மணியம் ஆசிரியர் பேராசிரியர் சுந்தரம்பிள்ளை அவர்களே கூடக் கண்டித்துக் கருத்தறி வித்துள்ளார்.

அந்தக் கருத்தை அப்படியே ஏற்றுக் கொண்ட சரித்திர வல்லுநர் வின்சென்ட் ஸ்மித் தன்னால் அந்த அடிப்படையைப் பின்பற்ற இயலவில்லை என்பதற்கு வருத்தம் தெரிவித்துக் கொண்டார் என்பதிலிருந்தே, இந்திய வரலாறு தமிழகத்திலிருந்துதான் எழுதப்பட வேண்டுமென்பது உறுதிப்படுத்தப்படுகிறது அல்லவா?

கி.மு. இருபதிலே பூம்புகார் பட்டினத்தைத் தலைநகராகக் கொண்டு கரிகால் பெருவளத்தான் சிறப்புற ஆட்சி நடத்தினான். அதற்குமுன்பே பாண்டியர்கள் தமிழ்ச்சங்கம் கண்டனர். மூவாயிரம் அல்லது நாலாயிரம் ஆண்டுகளுக்கு முன்னரே தமிழ்மொழிக்குரிய இலக்கணமாம் தொல்காப்பியம் பிறந்துவிட்டது.

ஒரு மொழி இலக்கண மெருகினைப் பெறுகிறது என்றால், அதற்கு முன்னர் இரண்டாயிரம் அல்லது மூவாயிரம்

ஆண்டுகளாவது அந்த மொழி, வழக்கில் இருந்து மெல்ல மெல்ல வளர்ந்திருக்க வேண்டும். எனவே, தமிழ்மொழியின் தொடக்க காலம் எட்டாயிரம் ஆண்டுகட்கு முற்பட்டது எனக் கொள்வதில் தவறே இல்லை.

சரித்திரச் சதி

மூத்த மொழி - மூத்த நிலம்-மூத்த குடி- வரலாற்றுக்குத் தொடக்கமாக அமையாமல் "சரித்திரச் சதி" ஒன்று திட்டமிட்டு நடந்தேறிவிட்டது.

அயோத்தி இராமன் காலத்திலிருந்தோ, அல்லது அலெக்சாண்டர் படையெடுப்பிலிருந்தோ தொடங்கி, ஆங்கிலேயர் ஆட்சி முடிவுற்று இந்திய நாடு விடுதலை பெற்றது வரையிலே இந்தியாவின் முழுமையான சரித்திரத்தை எழுதிய யாரும், அந்த நூலில் தமிழகச் சம்பந்தப்பட்ட அத்தியாயங்களை ஐந்தாறு வரிகளிலோ, அல்லது சற்றுப் பரந்த உள்ளம் படைத்தோர் ஐந்தாறு பக்கங்களிலோ குறிப்பிட்டார்களே தவிர, தமிழ்நாட்டுக்கு உரிய இடத்தை வழங்கினார்களில்லை!

போகட்டும்! இந்திய நாடு 1947இல் விடுதலை பெற்ற பிறகு இந்திய அரசியல் அரங்கில் இந்தியாவின் மற்ற மாநிலங்களைப் போலவே தான் தமிழ் மாநிலமும் தலையாய பங்கு வகிக்கிறது என்றாலும், இன்னமும் இந்த மாநில வரலாறு இருட்டடிப்புக்கு உள்ளாக்கப்பட்டுத்தான் வருகிறது. செய்திகள் எல்லாம் வரலாறாகி விடுவதில்லை என்றாலும், இன்றைய செய்திதான் நாளைய வரலாறாக உருவெடுக்கிறது என்பதை மறந்துவிட முடியாது.

செய்தித்துறையில் உள்ள ஆதிக்க வர்க்கத்தினரால் உண்மைச் செய்திகள் உருக்குலைக்கப்படலாம். இந்தச் செய்தியேகூட வரலாறாக உருவாகக் கூடியது தானே!

நீதிக் கட்சியின் தோற்றம்

இன்றைக்கு அறுபது ஆண்டு கட்கு முன்பு தென்னகத்தில் நீதிக் கட்சி தோன்றியது. அது ஆங்கிலேயர் அரசை ஆதரித்தது என்று பொதுவான ஒரு குற்றச்சாட்டைச் சுமத்துவதின் மூலம், அந்தக் கட்சியின் கொள்கை, குறிக்கோள், அந்தக் கட்சியினர் ஆட்சி நடத்தியபோது கொண்டு வரப்பட்ட திட்டங்கள், சமுதாயத்துக்குச் சமநீதி வழங்குவதற்காக அந்தக் கட்சியும் அதன் ஆட்சி யும் புரிந்த புகழ்மிக்க சாதனைகள். அனைத்தையும் மறைத்து விடுகிற ஆதிக்க வர்க்கம் தனது கொட்டத்தை இன்னமும் நிறுத்திக் கொள்ளவில்லை.

தியாகராயரும், டாக்டர் நாயரும், நடேசனாரும், தலைமையேற்று நடத்திய நீதிக் கட்சியும், பெரியார் இராமசாமியும், பேரறிஞர் அண்ணாவும், அவர்கள் வழிநின்று கொள்கை வழுவாது காத்த தளநாயகர்களும், தலைமை யேற்று நடத்திய சுயமரியாதை இயக்கமும் தோன்றாமல் போயிருப்பின் தென்னாட்டு மக்கள், குறிப்பாகத் தமிழ் மக்கள், சிறப்பாகத் தாழ்த்தப்பட்டோர்—பிற்படுத்தப் பட்டோர்—பொதுவாக அடித்தளத்து மக்கள், உயர் வகுப்பாருக்கும், மேட்டுக் குடியினர்க்கும், சீமான்களுக்கும் பூமான்களுக்கும் அடங்கி வாழும் ஆமைகளாகத்தான் இழிவுற்று அழிந்திருப்பர்.

சுயமரியாதை இயக்கம் கண்ட பெரியாரோ, இந்திய நாட்டு விடுதலை இயக்கமான காங்கிரசைத் தமிழ் நாட்டில் கட்டிக் காப்பாற்றியவர். ஆனால், அதே நேரத்தில் தமிழ்நாட்டில் உள்ள காங்கிரஸ் பிரமுகர்கள் பெற விரும்புகிற விடுதலை, சாதி மதங்களின் பெயரால் அடித்தளத்து மக்களைத் தங்கள் நிரந்தர அடிமைகளாக்கிக் கொள்ளவே என்பதைப் புரிந்து கொண்டு, காங்கிரசுக் குள்ளேயே தனது சமத்துவ-சமதர்மக் கொள்கைகளை வலியுறுத்தி, அவை ஏற்கப்படாத காரணத்தால் "மண்ணுக்கு விடுதலை கேட்டு ஒரு போர் நடக்கட்டும்- நான் மனிதர்க்கு விடுதலை கேட்டு ஒரு போர்

நடத்துகிறேன்'' என்று வெளியேறினார். அவருக்குக் கிடைத்த தளபதிகளில் தலைசிறந்தவராக விளங்கியவர் தான் அண்ணா!

பெரியாரும் அண்ணாவும் இணைந்து செயல்பட்டு, நீதிக் கட்சியைத் திராவிடர் கழகமாக ஆக்கினர்.

தமிழக நிர்வாகத் துறையின் கட்டுக் கோப்புக்கான அடித்தளம் நீதிக் கட்சியின் காலத்திலே வலுவுற அமைக்கப்பெற்றது.

படித்தறிந்து வேலை வாய்ப்புக்களில் அமர்ந்திருந்த குடும்பத்துப் பிள்ளைகளே தொடர்ந்து அந்த நல்வாய்ப்புக்களைப் பெறவும் அடித்தளத்துப் பிற்படுத்தப்பட்ட, தாழ்த்தப்பட்ட மக்கள், கல்விக் கூடங்களில் நுழைய முடியாத நிலையில் அவதியுறவும் இருந்த கொடுமையை- விளக்கி, வகுப்புவாரிப் பிரதிநிதித்துவம் (கம்யூனல் ஜி.ஓ.) எனும் புரட்சிகரமான கொள்கையை நிறைவேற்றிய பெருமை நீதிக்கட்சியினர்க்கு உண்டு.

சுயமரியாதை இயக்கம்

ஆண்டவன் பெயரால், மதம், சாதி, இதிகாச புராணங்களின் பெயரால் தாழ்த்தப்பட்டுக்கிடந்த மக்களை பீடுநடை போடச் செய்த சிறப்புக்குரிய இயக்கமாகச் சுயமரியாதை இயக்கம் திகழ்ந்தது.

நீதிக்கட்சி, திராவிடர் கழகமாக மாறிய பிறகு ஆங்கிலேயர் ஆட்சியை எதிர்ப்பதில் தனக்குள்ள ஆர்வத்தை வெளிப்படுத்தும் வகையில், வெள்ளையர் தந்த சிறப்புப் பட்டங்களைத் துறப்பது என்று சேலம் மாநாட்டில் தீர்மானம் நிறைவேற்றியது.

திராவிடர் கழகத்தின் பணிகள், தேர்தலில் போட்டியிடுவது என்ற நிலைக்கு முதலிடம் தராமல், சமுதாயப் புரட்சிக்கு முழுவதுமாக ஒதுக்கப்பட்டன.

இந்தி எதிர்ப்புப் போர்

அதே சமயத்தில் தமிழர்களின் மொழியையும், தென்னாட்டு மொழிகளையும், இந்தி மொழி ஆதிக்கத் திற்கு அடிமையாகாமல் காத்திடும் போராட்டமும் பெரியார், அண்ணா, முத்தமிழ்க் காவலர் விசுவநாதம், மறைமலை அடிகளார், நாவலர் சோமசுந்தரபாரதியார், அழகிரிசாமி, மூவலூர் மூதாட்டி இராமாமிர்தம் அம்மையார், திருவாசகமணி பாலசுப்பிரமணியம், சௌந்திரபாண்டியனார், தமிழ்த்தென்றல் திரு. வி. க. முதலியவர்களால் நடத்தப்பட்டதையும் திராவிடர் இயக்கத்தின் தொடர் பயண நிகழ்ச்சியென்றே கொள்ள வேண்டும்.

1938-ஆம் ஆண்டு தொடங்கிய இந்தித் திணிப்பு எதிர்ப்புப் போராட்டம் அங்குலம் அங்குலமாக இந்தி மொழி ஆதிக்கத்தைத் தடுத்து நிறுத்திடத் தவறவில்லை.

வடக்கேயுள்ள இந்தி மொழி ஆதிக்கம் மட்டுமல்ல, சுதந்திரத்தின் பயனை அனுபவிக்கிற வாய்ப்பும் அங்கே தான் நிரம்ப இருந்தது; பெருகிக் கொண்டும் இருந்தது. வடக்கு வாழ்வது? தெற்கு தாழ்வதா? என்ற எழுச்சியும் ஏக்கமும் கலந்த கேள்வி, திராவிடர் கழகத்தின் நாட்டுப் பிரிவினை முழக்கத்தின் எதிரொலியாகக் கிளம்பியது.

இந்தியைத் திணிப்பதில் முனைப்புக் காட்டினால், நாட்டுப் பிரிவினையைத் தடுக்க முடியாது என்பதைப் புரிந்து கொண்ட நேரு அவர்கள், "இந்தி பேசாத மாநில மக்கள் விரும்புகிற வரையில் ஆங்கிலம் நீடிக்கும்" என்ற உறுதிமொழியை வழங்கினார். அந்த உறுதி மொழியின் பின்னால், தமிழர்களின் கல்லறைகள் இருக்கின்றன. தமிழர் வடித்த குருதி ஆறெனப் பெருகி ஓடிக் கொண்டிருக்கிறது. இந்திப் பெருவெள்ளம்

பிற மாநிலங்களிலும் பெருக்கெடுத்து, இந்தியாவில் உள்ள பல்வேறு தேசிய இனங்களையும், கலாச்சாரங்களையும், அழித்து மண்மேடிட்டுப் போகும்படி செய்யாமல் அணை போட்டுத் தடுத்த பெருமை தமிழ்நாட்டுக்குத்தான் உண்டு.

திராவிடர் கழகம், சமுதாயத்துறையில் தொடர் பணியாற்றவும், அரசியல் பொருளாதாரத் துறையில் பணியாற்றுவதன் மூலம் தமிழ்ச் சமுதாயத்தைப் பாதுகாக்கும் அரணாக விளங்க திராவிட முன்னேற்றக் கழக மும்முறையே பெரியார் தலைமையிலும், அறிஞர் அண்ணா தலைமையிலும் தமிழ் மக்களின் ஆதரவைப் பெற்றன.

இந்தப் பிரிவினை திராவிடர் இயக்கத்தில் தோன்ற வேறு சில கருத்து வேறுபாடுகளும் உண்டு.

தி.க.- தி. மு. க. இரட்டைக்குழல் துப்பாக்கி

“திராவிடர் கழகம் இரண்டாகப் பிரிந்தாலும், இரண்டும் இரட்டைக் குழல் துப்பாக்கி போல் இயங்கும்" என்று தி. மு. க. தலைவர் அறிஞர் பெருந்தகை அண்ணா எடுத்துச் சொல்லி-தாய்க் கழகமான திராவிடர் கழகத்தை அழிக்கும் முயற்சியில் ஒரு சிறிதும் ஈடுபடாமல் திராவிட முன்னேற்றக் கழகத்தை வளர்ப்பதில் கண்ணும் கருத்துமாக இருந்தார்.

தி. மு. கழகம் எழுப்பிய நாட்டுப் பிரிவினை முழக்கம் டெல்லியில் அதிர்ச்சியை ஏற்படுத்தியது!

சட்டபூர்வமாக, பிரிவினைக் கொள்கையை நசுக்க டெல்லி அரசு முற்பட்டது!

இதற்கிடையே சீன ஆக்கிரமிப்பு, பாகிஸ்தானுடன் போர்-என்றெல்லாம் இந்தியாவின் பாதுகாப்புக்கு அறைகூவல் விடப்பட்டதைக் கழகம் சிந்தித்துப் பார்த்தது.

நாட்டுப் பாதுகாப்பை யொட்டியும், பிரிவினை கேட்டதற்கான காரணங்களை மத்திய அரசு புரிந்து கொண்டு செயலாற்றும் என்ற நம்பிக்கையுடனும், அந்த நம்பிக்கை வெற்றி பெறக் கழகம் இடைவிடாது தொண்டாற்றி மாநிலங்களுக்கு அதிக அதிகாரங்களைப் பெற்று சுயாட்சித் தன்மையுடன் விளங்க முடியும் என்று உறுதியுடனும்-கழகம் தனது பிரிவினைக் கொள்கையைக் கைவிட்டது. அந்த

முடிவை விளக்கி, அண்ணா அவர்கள் நீண்டதோர் அறிக்கை விடுத்தார்கள்.

பதினேழு ஆண்டுகாலம் பிரதமராக இருந்த பண்டித நேரு மறைந்தார். மூட நம்பிக்கைகள், சடங்குகள் சாத்திரங்களை வெறுத்த-பழுத்த பகுத்தறிவுவாதியாக நேரு இருந்தார் என்பதை அவர் எழுதி வைத்துள்ள "உயில்" பேசுகிறது. தன்னுடைய மூச்சற்ற உடலுக்கு எந்தவிதமான மதச் சடங்குகளும் இணைந்த ஈமக் கடன்கள் ஆற்றக்கூடாதென்று அந்த உயிலில் அவர் கண்டிப்பாகக் குறிப்பிட்டிருந்தார்.

பகுத்தறிவுவாதியாக, ஜனநாயகவாதியாக, ஓய்வில்லாது உழைக்கும் தலைவராக இருந்த நேருவுக்குப் பிறகு, பிரதமர் யார்? இந்தக் கேள்விக்கும் உடனடியாக விடை கண்டது தமிழ்நாடுதான்!

ஆம், தமிழ்நாட்டுத் தலைவர்களில் ஒருவரான தியாகச்சுடர் காமராசர், அப்போது அனைத்திந்திய காங்கிரஸ் தலைவர். அவர்தான் பிரதமரைத் தேர்ந்தெடுத் தார். அவரது கருத்துக்கேற்ப லால்பகதூர் சாஸ்திரி பிரதமரானார்.

சாஸ்திரியின் ஆட்சிக் காலம் மிகக் குறுகியதுதான். அந்தக்காலக் கட்டத்தின் 1964-65ஆம் ஆண்டுகளில் இந்தியைத் திணிக்கும் முயற்சி மீண்டும் தலையெடுத்த காரணத்தால் தமிழ்நாடு எரிமலையாக மாறிற்று. மொழிப்புரட்சி மூண்டது. உலகத்திலேயே தாய்மொழியைக் காப்பாற்றுவதற்காக ஆசிரியர், மாணவர், தொண்டர்கள் என்ற நிலையில் எட்டுபேர், தங்கள் உடலுக்குத் தீயிட்டுக் கொண்ட நிகழ்ச்சி தமிழ்நாட்டிலேதான் நடைப்பெற்றது. "தமிழைக் காக்க, இந்தியை எதிர்க்க நான் தீக்குளிக்கிறேன்" என எழுதி வைத்துவிட்டு எட்டுத் தமிழர்கள் மாண்டனர்.

மொழிப்புரட்சி

அந்த மொழிப் புரட்சியின்போது அதனை அடக்க பல பிணங்களைக் குவித்தனர்; பல்லாயிரவரைச் சிறையில்

வதைத்தனர். ஏறத்தாழ, இருபத்தைந்து கொட்டடிகள் இருந்த பாளையங்கோட்டைச் சிறைச் சுற்றடைப்புக்குள் எல்லாக் கொட்டடிகளையும் காலியாக வைத்துவிட்டு ஒரே ஒரு கொட்டடியில் மட்டும் என்னைத் தனிமைச் சிறைப் படுத்தியிருந்தார்களே, அதனை மறக்க முடியுமா நான்?

1938-இல் எந்த இராஜாஜி தமிழ்நாட்டுக்குக் கட்டாய இந்தி தேவை என்று அறிவித்தாரோ, அதே இராஜாஜி அண்ணா அவர்களுடன் இணைந்து 1964-65-ஆம் ஆண்டுகளில் இந்தியை வன்மையாக எதிர்த்தார்.

இந்தப் பெரும் புரட்சிக்கு முன்பே திராவிடர் கழகமும், திராவிட முன்னேற்றக் கழகமும்-புகை வண்டி நிலையங்களிலும் அஞ்சலகங்களிலும் இந்திக்கு முதலிடம் தந்திருந்ததை எதிர்த்து, இந்தி எழுத்து அழிப்புப் போர் ஒன்றை நடத்தித் தமிழர்களின் இந்தி எதிர்ப்பு உணர்ச்சியை டெல்லிக்கு அறிவித்திருந்தன.

சாஸ்திரி ஆட்சியின்போது ஏற்பட்ட "சிரிமாவோ- சாஸ்திரி உடன்பாடு," தமிழ்நாட்டு மக்களைப் பற்றியது என்ற எண்ணமே இல்லாமல் கையெழுத்தாகியது. இலங்கை தமிழர்களின் பிரச்சனையைத் தீர்க்கவே அந்த ஒப்பந்தம் எனக் கூறப்பட்டாலும்கூட, தமிழ்நாட்டு மக்களின் கருத்தையோ, அரசின் கருத்தையோ அறியாமல் அந்த ஒப்பந்தம் நிறைவேறியதால் இலங்கைத் தமிழர்கள் அவதிக்கு ஆளாயினர்.

இலங்கையில் குடியுரிமை பெற்றவர்கள், பெறாதவர்கள், இலங்கைத் தமிழர்கள் - இந்த மூன்று வகைத் தமிழர்களுக்குமே சிங்களவர்களால் நேர்ந்த இன்னல் சொல்லத் தரமன்று.

இலங்கைத் தமிழர் பிரச்னை

இலங்கையில் தமிழர்கள் கொடுமைப்படுத்தப் பட்ட போதெல்லாம் தமிழ்நாட்டில், தமிழர்களின் உணர்வைத்

திரட்டிக் காட்டிய பெருமை தி. மு. கழகத்திற்கு உண்டு. 1961-ல் அண்ணா தலைமையில் சென்னையில் இலங்கைத் தமிழர்களுக்காக நடந்த பேரணியும் 1977-ல் தி. மு. க. நடத்திய பேரணியும் உலகில் எந்தப் பகுதியில் தமிழர்களுக்கு ஊறு நேர்ந்தாலும் இங்குள்ள தமிழினம் துடித்திடும் என்பதற்குச் சான்றாகும்.

பாகிஸ்தான் இந்தியா மீது நடத்திய ஆக்கிரமிப்பைத் தொடர்ந்து, எதிர்த் தாக்குதல் நடத்தி வெற்றி கண்ட இந்தியாவையும் பாகிஸ்தானையும் சமாதானப்படுத்த சோவியத் ரஷ்யா முயற்சி எடுத்து தாஷ்கண்டில் ஒப்பந்தமும் ஏற்பட்டது. ஆனால் லால்பகதூர், தாஷ்கண்டிலேயே காலமானார்.

அவருக்கு அடுத்து பிரதமர் யார்?

அந்தப் பிரச்சினையையும் தீர்த்து வைக்கும் வேலை, பெருந்தலைவர் காமராசர் தலையிலே தான் விழுந்தது. நேருவின் புதல்வி இந்திரா காந்தியைக் பிரதமராக்கினார் காமராசர்.

அப்படியொரு முடிவினை எடுத்ததற்காக, சிறிது காலத்திற்குப் பிறகு காமராசர் மிகவும் வருந்தினார்.

இந்த அரசியல் மாறுதல்களுக்கிடையே, அண்ணாவின் தலைமையில் இயங்கிய தி. மு. கழகம் 1952-ஆம் ஆண்டு, முதல் பொதுத் தேர்தலில் கலந்து கொள்வதில்லையென முடிவெடுத்தது எனினும், 1957-ஆம் ஆண்டு பொதுத் தேர்தலில் கலந்து கொண்டு 15 இடங்களைச் சட்டப் பேரவையில் பிடித்தது. சட்டமன்ற தி. மு. க. குழுவின் தலைவராக அண்ணா விளங்கினார். 1962 ஆம் ஆண்டு நடை பெற்ற தேர் தலில் அண்ணா வெற்றிவாய்ப்பை இழந்தார். எனினும் ஐம்பது பேர் தி. மு. க. சார்பில் வெற்றிவாகை சூடினர்.

காஞ்சித் தொகுதியில் வெற்றி பெற இயலாது போன அண்ணா அவர்கள், டெல்லி மாநிலங்கள் அவையில் ஆற்றிய விவாதங்களின் வாயிலாக அனைவரையும் வெற்றி கண்டார்.

1966-ஆம் ஆண்டு! இந்திராகாந்தி, பிரதமராக வீற்றிருக்கிறார் மாநிலங்களவையில்! அண்ணா பேசுகிறார்! எதைப்பற்றி? அவசரகாலசட்டத்தை அகற்றாததைக் கண்டித்து!

அந்த அவசர காலச் சட்டத்தில், எழுத்துரிமை-- பேச்சுரிமை பறிக்கப்படவில்லை. சர்வாதிகாரத்திற்குக் கதவு திறக்கப்படவில்லை. 'மிசா' அரசியல்வாதிகளின் குரல்வளையைக் கௌவிடவில்லை. எனினும் அவசரகாலச் சட்டம் கூடத் தேவையற்றது, உடனே ரத்து செய்ய வேண்டுமென அண்ணா முழங்கினார்.

நாடாளுமன்றத்தில் அண்ணா முழக்கம்

"அவசர கால நிலையையும் ரத்து செய்யாமல், பாதுகாப்புச் சட்டங்களையும் பயன்படுத்திக் கொண்டு, ஜனநாயகத்தைப் பற்றிப் பேச உங்களுக்குத் தகுதியே இல்லை"

என்று 1966 ல் அண்ணா, மாநிலங்கள் அவையில் குரல் எழுப்பிய போது அலட்சியமாக அமர்ந்திருந்த அதே இந்திரா காந்திதான், ஒன்பது ஆண்டுகளுக்குப் பிறகு, மக்களின் உரிமைகள் அனைத்தையும் உடைத்தெறிகிற பயங்கரமான அவசரகாலச் சட்டத்தைப் பிரகடனப் படுத்தினார்.

அண்ணாவின் அணியில் இருந்திடுவோர் அந்தச் சட்டத்தை எதிர்த்ததில் வியப்பில்லை. எதிர்க்காது விட்டிருந்தால்தான் இவர்கள் அண்ணா வழியில் நடப்பவர்களா என்று நாடு நகைத்திருக்கும்.

ஜனநாயகம் ஒரு வாழ்க்கை நெறி

'ஜனநாயகம், ஒரு அரசியல் தத்துவம் மட்டுமல்ல; அது வாழ்க்கை நெறியும் கூட" என்பது அண்ணாவின்

பொன்மொழியாகும். இந்தியா, விடுதலை பெற்ற பிறகு மத்திய அரசிலும்-மாநில அரசிலும் காங்கிரஸ் கட்சியே ஆதிக்கம் செலுத்தி வருவது ஆரோக்கியமான ஜன நாயகத்திற்கு வழிவகுக்காது என்ற குரல் தமிழ் நாட்டில் ஓங்கி ஒலித்தது..

மத்தியிலே அந்த மாற்றத்தை உடனடியாகச் செய்ய முடியாவிட்டாலும், மாநிலங்களிலே அந்தமாற்றம் ஏற்பட்டாக வேண்டும் என்று தி. மு. க. கருதியது.

ஆளும் கட்சியாக தி. மு. க.

அதன் விளைவாக 1967-ஆம் ஆண்டு பொதுத் தேர்தலில் அண்ணா, இராஜாஜி, பி. ராமமூர்த்தி காயிதே மில்லத் இஸ்மாயில் சாகிப், சிலம்புச் செல்வர் ம.பொ. சி, மூக்கையா தேவர் ஆகியோர் ஒன்றுபட்டனர். தேர் தலில் தி. மு.க. 138 இடங்களைப் பெற்றுத் தமிழக முதல்வராக அண்ணா பொறுப்பேற்றார். இருபது ஆண்டு கால காங்கிரஸ் ஆட்சியின் முடிவு 1967-ல் ஏற்பட்டது.

'சென்னை ராஜ்யம்' என்றிருந்த நமது மாநிலத்தின் பெயரை 'தமிழ்நாடு' என மாற்றிய பெருமை அண்ணாவின் ஆட்சிக்குரியது.

பள்ளிகளில் தமிழ், ஆங்கிலம் இரண்டு மொழிகள் தான்- இந்திக்கு இடமில்லை. மும்மொழித் திட்டத்தை மாற்றி இருமொழித் திட்டமாக அறிவித்த சிறப்பும் தமிழ்நாட்டில் தி. மு. க. ஆட்சிக்கு உண்டு. இருமொழிக் கொள்கையில் அண்ணா மிக்க உறுதியாக இருந்தார். அண்ணா பொறுப்பேற்ற சில மாதங்கள் கழித்து இந்தியை எதிர்த்து மாணவர்கள் மீண்டும் ஒரு பெருங்கிளர்ச்சி தொடங்கினர். இரயில்கள், பேருந்துகள் எரிந்து சாம்பலாயின. அதனையொட்டித்தான் தமிழகத்தில் இரு மொழி திட்டத்தைக் கழக அரசு நடைமுறைக்குக் கொண்டு வந்தது.

இவ்வாறு 1938 முதல் 1968 வரையில் முப்பது ஆண்டுக் காலம் தமிழ்நாடு, இந்தியை எதிர்த்துக் கொடி தூக்கியிருக்கிறது. இன்னமும் இந்தி எதிர்ப்பு, நீறுபூத்த நெருப்பாகத்தான் தமிழ்நாட்டில் இருக்கிறது.

தமிழர் இல்லத்து நிகழ்ச்சிகள், தமிழ்ப்பண்பாட்டுக்கு முரணான வகையில் நடைபெற்றதையும் மாற்றி அமைத்த பெருமை தன்மான இயக்கத்திற்கு, திராவிட இயக்கத்திற்கு உண்டு.

விவாக-சுப முகூர்த்தங்கள், திருமண விழாக்களாக மாறின. ஓம குண்டங்களுக்குப் பதில் ஒலிப்பெருக்கிகளும், அம்மி, அரசாணிக்குப் பதில் மேசை நாற்காலியும், அய்யருக்கு பதில் மணவிழாத் தலைவரும், வட மொழியில் கூறப்பட்ட புரியாத மந்திரங்களுக்குப் பதில் தமிழில் வாழ்த்து முழக்கங்களும் சுயமரியாதைத் திருமண முறையில் மேற்கொள்ளப்பட்டன. இந்தத் திருமணங்கள், சட்ட சம்மதம் பெற்றவைகளாக அமைதல் வேண்டுமென்று நீண்ட காலம் போராடி, இறுதியாக அண்ணா அவர்கள் முதல்வராக இருந்த போது, கழக ஆட்சியில் சுயமரியாதைத் திருமணங்கள், சட்டப்படி செல்லும் என்ற மசோதா நிறைவேற்றப்பட்டது.

இரண்டே ஆண்டுக் காலம் தான் அண்ணா ஆட்சிப் பொறுப்பில் இருந்தார் என்றாலும், பிரிவினைக் கொள் கையைக் கைவிட்டு விட்ட தி. மு. கழகம், இந்திய அரசியல் அமைப்புக்குள் மாநிலங்களின் முழுமையான சுயாட்சிக்காகப் பணிபுரியும் என்பதை முதலமைச்சராக இருந்து கொண்டே அறிவித்தார்.

மாநில சுயாட்சிக் கோரிக்கை

அண்ணாவின் வழிநின்று, மத்திய மாநில உறவுகளை ஆராய்ந்து அறிக்கை தர இராஜ மன்னார், சந்திரா ரெட்டி எனும் இரண்டு ஓய்வு பெற்ற உயர்நீதிமன்ற நீதிபதிகளையும், பல ஆண்டுக் காலம் பல்கலைக்கழகத் துணைவேந்தராக இருந்த

டாக்டர் இலட்சுமணசாமி முதலியாரையும் கொண்ட ஒரு குழுவைக் கழக அரசு அமைத்தது.

அந்தக் குழுவின் அறிக்கையைக் கழகத்தின் துணைக் குழு (மாறன் செழியன் குழு) ஒன்று பரிசீலித்து, கழகச் செயற் குழுவில் விவாதித்தது. கழக மாநாடுகளில் பொதுக் குழுவில் மாநில சுயாட்சித் தீர்மானங்கள் நிறை வேற்றப்பட்டன.

திருச்சியில் நடைபெற்ற கழக மாநாட்டுக்குப் பஞ்சாப் முதல்வர் குர்நாம் சிங் அழைக்கப்பட்டிருந்தார். மாநில சுயாட்சிக்கு ஆதரவான கருத்துக்களை அகாலிதளக் கட்சியின் சார்பில் அறிவித்தார். சென்னையில் மாநில சுயாட்சி மாநாடு ஒன்று மிகச் சிறப்புற நடைபெற்று அதில் பல்வேறு மாநிலங்களைச் சேர்ந்த தலைவர்கள் பங்கு பெற்றனர்.

காங்கிரஸ் கட்சியில் பிளவு

1969-ஆம் ஆண்டு டெல்லியில் பிரதமர் இந்திரா காந்திக்கும், காங்கிரஸ் கட்சியின் மூத்த தலைவர்களுக்கு மிடையே பிளவு ஏற்பட்டது. இந்திரா எதிர்ப்புக்குத் தலைமை தாங்கியவர்களில் முக்கியமானவர் பெருந்தலைவர் காமராசர்!

குடியரசுத் தலைவர் ஜாகிர் உசேன் மறைந்து விடவே, அடுத்த குடியரசுத் தலைவர் யார் என்பதற்கான போட்டி உருவாயிற்று. இந்திரா குழுவினர் வி. வி. கிரியை ஆதரிக்க விரும்பினர். மொரார்ஜி, காமராசர் குழுவினர் சஞ்சீவ ரெட்டியை ஆதரிக்க விரும்பினர். அன்றிருந்த இந்திய நாட்டு அரசியல் சூழலில் தி. மு. கழகம் வி. வி. கிரியை ஆதரித்தது.

தமிழக முதல்வரான நானும், பஞ்சாப், மேற்கு வங்க முதல்வர்களும் டெல்லியில் கூடிப் பேசினோம். "வி. வி. கிரியை ஆதரிக்கிறோம்" என்ற முடிவு எடுக்கப்பட்டதில் தி.மு.கழகத்தின் பங்கு மிக முக்கியமான தாகும். வங்கிகளைத் தேசிய மயமாக்குதல், மகாராஜாக்களுக்கு அளித்து வந்த மானியங்களை நிறுத்துதல்-போன்ற சம தர்மத் திட்டங்களுக்குக் கழகத்தின் உடன்பாடு என்றும் உண்டு

என்பதை நிலைநிறுத்தும் வண்ணம் இந்திராவின் கரத்தை வலுபடுத்த முனைந்தோம். எனவே வி.வி. கிரி வெற்றிபெற முடிந்தது. தேர்தல் முடிவு வேறுவிதமாக இருந்து, சஞ்சீவ ரெட்டி வென்றிருந்தால் 1969லேயே இந்திரா வீட்டுக்குச் சென்றிருப்பார்.

இந்திராவைப் பிரதமராக்கியதன் மூலம் காமராஜர் ஒரு தவறு செய்தார். இந்திராவைப் பிரதமர் பதவியில் நீடிக்க வைத்ததன் மூலம் நமது கழகம் ஒரு தவறைச் செய்தது.

1969இல் தமிழக நாடாளுமன்ற உறுப்பினர்களின் 24 வாக்குகளும், சட்டப் பேரவையில் 138 வாக்குகளும் கிடைக்காவிட்டால் கிரி, தோல்வி அடைந்திருப்பார். இந்திராவின் ஆட்சி அப்போதே முடிந்து போயிருக்கும்.

இந்திராவின் பதவி வலுப்பெற்ற பிறகு, 1971-ல் பொதுத் தேர்தலை அறிவித்தார். கழக அரசின் பதவிக் காலம் 1972 வரையில் இருந்தாலும்கூட, தமிழ் நாட்டிலும் சட்டசபையைக் கலைத்து விட்டுத் தேர்தலில் ஈடுபட முடிவெடுக்கப்பட்டது.

இந்தியா முழுதும் நாடாளுமன்றத் தேர்தல் நடை பெற்ற 1971ல், ஓராண்டு முன் கூட்டியே சட்டமன்றத் தேர்தலையும் நாடாளுமன்றத் தேர்தலுடன் இணைத்து வைத்துக் கொண்ட ஒரே மாநிலம் தமிழ்நாடுதான்!

தி. மு. க. வின் துணிவுக்குப் பாராட்டு

தி. மு. க.வின் துணிவையும், நம்பிக்கையையும் பாராட்டாதவர் இல்லை!

தேர்தலில், 138 ஆக இருந்த சட்ட மன்ற உறுப்பினர்கள் எண்ணிக்கை கழகத்திற்கு 184 ஆக உயர்ந்தது.

இந்தியாவில் ஒரு மாநிலத்தில் எதிர்க்கட்சி ஆட்சி நான்காண்டுகள் தொடர்ந்து நடைபெற்று, அடுத்த தேர்தலில்

முன்னைவிட அதிக பலத்துடன் ஆட்சியில் அமர்ந்து, மேலும் ஐந்தாண்டுக் காலம் மொத்தம் ஒன்பது ஆண்டு களுக்கு மேலாக நிலையான அரசைக் கொடுத்தது, கழக ஆட்சி நடைபெற்ற தமிழ் நாட்டிலே மட்டுந்தான்.

கேரளத்தில் கூட்டணி ஆட்சி! ஒரிசாவில் சுதந்திரக் கட்சி ஆட்சி! பஞ்சாபில் அகாலிதளத்து ஆட்சி!

மேற்கு வங்காளத்தில் மார்க்சிஸ்ட் தலைமையிலான கூட்டணி ஆட்சி! இவற்றில் எதுவுமே முழுவலிவுடன் நிலைபெற்று நிற்கவில்லை. கேரளத்தில் மட்டுமே அதுவும் கூட்டணிக் கட்சிகளின் ஆட்சி மட்டுமே தொடர்ந்து நடை பெற்றது.

கழக ஆட்சியின் தமிழ்த் தொண்டு

மொழி, கலை, பண்பாடு, வரலாறு இவற்றை வளர்க்கவும், பாதுகாக்கவும் தமிழ்நாட்டில் தி. மு. க. அரசு புதிய பூம்புகாரை உருவாக்கியது. பாஞ்சாலங்குறிச்சியில் வெள்ளையரை எதிர்த்து வீரப் போர் நடத்தி மாண்டு விட்ட வீரபாண்டியக் கட்டபொம்மனுக்கு நினைவுக் கோட்டை எழுப்பியது. உலகத் திருமறை எனப்போற்றப்படும் திருக்குறள் தந்த வள்ளுவனுக்கு வள்ளுவர் கோட்டம் அமைத்தது. தேவநேயப் பாவாணரைக் கொண்டு 'அகர முதலி' தயாரிக்கத் தொடங்கியது. டாக்டர் மு. வரதராசனார் தலைமையில் தமிழக வரலாறு எழுத ஒரு குழுவை உருவாக்கியது, அந்தக்குழு வெளியிட்ட தமிழக வரலாற்றின் முதல் தொகுப்பான "தொல் பழங்காலத் தமிழகம் " எனும் நூலை வெளியிட்டது. தமிழ் மொழி, கலை, இலக்கியம், வரலாறு இவற்றினைக் காத்திடக் கழக அரசு எடுத்த நடவடிக்கைகளால், தமிழ் உணர்வு தழைப்பதும் உலகின் பல பகுதிகளில் வாழுகிற சுமார் மூன்று கோடித் தமிழர்களும்-நான்கு கோடித் தமிழர் கள் வாழுகின்ற தமிழ்த் தாயகம் தன்னை அன்புடன் போற்றுவதும், ஒரு சிலரால் பொறுத்துக் கொள்ள முடியாததாக இருந்தது.

அந்த "வெறுப்பு-நெருப்பு" தமிழகத்திலேயுள்ள ஒரு பிரிவினருக்கும் அவர்தம் உள்ளத்தில் வேகமாகவே பற்றி எரிந்தது.

தமிழ் உணர்வு தழைக்கச் செய்தது மட்டுமன்றி தாழ்த்தப்பட்ட, பிற்படுத்தப்பட்ட அடித்தளத்துச் சாமான்ய மக்களுக்கும்-நடுத்தர வர்க்கத்தினருக்கும் கழக அரசின் சாதனைகள் தமிழ் நாட்டில் பூத்துக் குலுங்கின.

பிற மாநிலங்கட்கு வழிக்காட்டியாகத் தமிழகம்!

அத்தகைய சாதனைகளில் இந்தியாவில் தமிழ்நாடே பிறமாநிலங்களுக்கு வழிகாட்டியாக அமைந்தது என்று நெஞ்சுயர்த்திக் கூறமுடியும்.

நகரங்களில் உள்ள குடிசைகளை, கல் கட்டிடங்களாக மாற்றி அமைக்கும் குடிசை மாற்று வாரியத்தின் பணி.

அரிஜனங்களுக்கு இலவசமாக ‘காங்க்ரீட்’ வீடுகட்டித் தரும் தீவிரத்திட்டம்.

அவ்வாறே மீனவர்களுக்கும் இலவச வீடு கட்டி வழங்கும் திட்டம்,

பிற்படுத்தப்பட்டோர் - தாழ்த்தப்பட்டோருக்குக் கல்வி, வேலை வாய்ப்புகளில் இருந்த விகிதாச்சாரத்தை உயத்தியது.

குடிநீர் வாரியம் அமைத்து நகரங்கள், கிராமங்களுக் குப் பாதுகாக்கப்பட்ட குடிநீர் வழங்கும் விரிவான திட்டம்.

மின் விளக்கு இல்லாத கிராமங்களே இருத்தலாகாது எனத் திட்டமிட்டு, ஏறத்தாழ முழுமையுமே முடிக்கப் பட்ட சாதனை.

பாசன வசதியைப் பெருக்கத் திட்டமிட்டு, ஒன்பதாண்டுக் காலத்தில் பல லட்சம் ஏக்கராக்களுக்கு புதிய வசதிகள்.

நில உச்சவரம்புச் சட்டத்தை மேலும் தீவிரமாக்கி, நிலமில்லாத ஏழைகட்கு வழங்கிய அரியபணி, குடியிருப்புக்களைச் சொந்தமாக்கும் சட்டத்தின் வாயிலாக லட்சக் கணக்கான விவசாயத் தொழிலாளர்களுக்குக் குடியிருப்பு மனை உரிமையாக்கப்பட்ட சாதனை.

பேருந்துகளைத் தேசியமாக்கும் கொள்கையை நடை முறைப்படுத்தியது; மின்சார உற்பத்தியைப் பெருக்கவும், பாசனத்திற்கான குழாய்களுக்கு மின் இணைப்பை இலட்சக் கணக்கில் வழங்கவும் எடுத்த முயற்சி, தொழில்வளம் சிறக்க ஏற்படுத்திய வாய்ப்புக் கூறுகள்.

தொழுநோய் இரவலர், ஊனமுற்றோர், கண்ணொளி யிழந்தோர், கைரிக்ஷா இழுத்தோர், ஆதரவற்ற விதவைகள், அனாதைச் சிறார்கள்—அனைவர்க்கும் திட்டங்கள் பல தீட்டி,பரந்த அளவில் நன்மைகள் பெருக்கிய பாங்கு. புதிய கல்லூரிகள், புதிய மருத்துவமனைகள் கிராம மக்கள் பயனடையும் விதத்தில் நூற்றுக்கணக்கில் அமைத்த அருமையான தொண்டு.

சின்னஞ்சிறு கிராமங்களையும் முக்கிய சாலைகளுடன் இணைக்கும் இணைப்புச் சாலைத் தீவிரத் திட்டம்.

சுற்றுலா வாரியத்தில் மறுமலர்ச்சி; மாநில அரசின் அதிகாரத்திற்கு உட்பட்டு, எத்தனை சாதனைகள் புரிய முடியுமோ, அத்தனையும் செய்து, மேலும் மாநில மக்களுக்கு நன்மைகள் புரிய மாநில சுயாட்சியின் மூலம் பெறும் அதிகாரங்கள்

அதிகாரங்கள் தேவையென்று தி. மு. கவும், தி.மு.க. அரசும் வலியுறுத்திக் கொண்டேயிருந்து, அதற்கோர் பெருந்திருப்பமாகத் தமிழகச் சட்டப் பேரவையிலேயே மாநில சுயாட்சித் தீர்மானம் கொண்டுவரப்பட்டது.

சட்டமன்றத்தில் மாநில சுயாட்சித் தீர்மானம்

மாநில சுயாட்சித் தீர்மானத்தைச் சட்டமன்றத்தில் காங்கிரஸ் கட்சி (பழையது புதியது இரண்டும்) இந்தியக் கம்யூனிஸ்டுக் கட்சி ஆகியவை எதிர்த்தன. திரு. எம். ஜி. இராமச்சந்திரன் அவர்களைத் தலைவராகக் கொண்ட அ. தி. மு. க. கட்சி, அந்தத் தீர்மானத்தை மிகக் கடுமையாக எதிர்த்தது. அண்ணாவின் பெயரால் கட்சி! ஆனால் மாநில சுயாட்சித் தீர்மானத்திற்கு எதிர்ப்பு! அதே எம். ஜி. ஆர்.தான் 1972ஆம் ஆண்டு மதுரையில் நடைபெற்ற தி. மு. க மாநாட்டில் "மாநில சுயாட்சிக்காக மத்திய அரசின் இராணுவத்தைச் சந்திக்கத் தயார்" என்று பேசினார்.

டெல்லியின் சூழ்ச்சி வலை

தி. மு. கவின் கொள்கை ரீதியான வளர்ச்சியைக் குறைத்தால்தான் இந்திய அரங்கில் தமிழ் நாட்டின் குரலை ஒடுக்க முடியுமெனக் கருதிய டெல்லி அரசினர், அதற்கான சூழ்ச்சி வலைகளைப் பின்னிடத் தொடங்கினர். அந்த வலை வீசும் வேலையில் காலஞ் சென்ற மத்திய அமைச்சர் மோகன் குமாரமங்கலம் மத்திய அரசுக்குப் பெரும் உதவி புரிந்தார். எம். ஜி. ஆர் டெல்லி வட்டாரத்தினரால் மிரட்டப்பட்டார். அதன் காரணமாக அவர் கழகக் கட்டுப்பாடுகளை மீறிப் பொது கூட்டங்களில் மனம் போன போக்கில் பேசினார்.

திட்டமிட்டே அவ்வாறு பேசினார்! தான் கட்சியிலிருந்து நீக்கப்பட வேண்டுமென்று விரும்பினார். இல்லையேல், டெல்லியின் கிடுக்கிப் பிடியிலிருந்து அவரால் தப்ப முடியாது.

கழகத்திலிருந்து வெளியேற்றப்பட்டுப் புதிய கட்சியைத் தொடங்கி, சினிமாக் கவர்ச்சி ஒன்றை மட்டுமே தனது அரசியலாகக் கொண்டு ஆட்சிப் பொறுப்புக்கும் வந்துவிட்ட அவர், தி. மு. க ஆட்சியில் இருந்தபோது மத்திய அரசின் கையாளாக இருந்து கழகத்தின் கொள்கைகளை எதிர்த்தார். அண்ணா வகுத்த கொள்கைகளுக்கு மாறாகச் செயல்பட்டார்.

கழக அமைச்சர்கள் மீதும் கழக முன்னோடிகள் மீதும் அவரைக் கொண்டே அவதூறுக் குற்றச்சாட்டுகளைத் தரச் சொல்லி, அவற்றை டெல்லி வாங்கி வைத்துக் கொண்டு, அவைகளைக் காட்டி மிரட்டியே, தி. மு. க.வையும், தி மு. க அரசையும், அதன் கொள்கை குறிக்கோள்களுக்கு மாறாகத் தங்களுக்கு அடி பணிய வைத்துவிடலாம் என்று இந்திரா அரசு கனவு கண்டது.

கழகத்தின் எழுச்சி முரசம்

கழகம் அஞ்சிடவில்லை. "உறவுக்குக் கை கொடுப்போம், உரிமைக்குக் குரல் கொடுப்போம்" என்பது தி.மு.க. வின் எழுச்சி முரசமாயிற்று.

இந்தியா சுதந்திரம் பெற்று இருபத்தைந்தாண்டுக் காலமாக ஆண்டுதோறும் ஆகஸ்டு 15 விடுதலை நாள் விழாவில் மாநிலங்களில் கவர்னர்தான் தேசியக்கொடியை ஏற்றுவது என்ற நிலை இருந்தது.

மக்களால் தேர்ந்தெடுக்கப்பட்ட முதலமைச்சர்களுக்கு அந்த உரிமை வேண்டுமென்று கழக அரசின் சார்பாக வாதாடி, ஆகஸ்டு 15-ஆம் நாள் தேசீயக் கொடி ஏற்றும் உரிமையை முதன் முதலாகத் தமிழ்நாடுதான் பெற்றது.

இந்திய தேசீயக் கொடியுடன், மாநிலங்களுக்கான தனிக் கொடிகள், தேசீயச் சின்னத்துடன் இருக்கலாம் என்ற கருத்தையும், கழக அரசு, மத்திய அரசிடம் வலியுறுத்தியது.

இந்தக் கோரிக்கைகள், இந்திரா அரசுக்கு, தி. மு. கழகத்தின் மீது ஒருவிதமான எரிச்சலை உண்டாக்கக் காரணமாக அமைந்தன.

மத்திய மாநில உறவில் கீறல்

அதனால், அவர்கள் 1969-ல் தி.மு.க. செய்த உதவியை மறந்தனர். 1971 தேர்தலில் தி. மு. க. உதவியுடன்

தமிழ்நாட்டில் இந்திரா காங்கிரஸ் நாடாளுமன்ற உறுப்பினர்கள் வெற்றிபெற முடிந்தது என்பதையும் மறந்தனர்.

மத்திய மாநில உறவுகளில் கீறல் விழத் தொடங்கியது.

பங்களாதேஷ் போரின்போது யுத்த நிதியாக ஆறு கோடி ரூபாய் திரட்டி இந்திராவை அழைத்து அவரிடம் வழங்கியதும் தமிழ்நாட்டில் தி. மு. க. அரசுதான்.

இந்த அளவு நிதியை இந்தியாவில் வேறு எந்த மாநிலமும் யுத்தத்திற்காக வழங்கிடவில்லை.

மத்திய மாநில உறவுகளில் ஏற்பட்ட கீறல், இந்திய நாட்டுப் பாதுகாப்பை ஊனப்படுத்தவில்லை யென்பதற்கு இது எடுத்துக் காட்டு.

பங்களாதேஷ் வெற்றியும், புதிய வங்கதேசத் தோற்றமும் ஏற்பட்ட பிறகு இந்தியாவின் புகழும் இந்திராவின் பெருமையும்-உயர்ந்தன எனினும் இந்திராவை தி. மு. கழகத்தைப் பொறுத்தவரையில் குறுகிய கண்ணோட்ட முடையவராக ஆக்குவதில் அவரைச் சுற்றியிருந்தோர் வெற்றி பெற்றனர்.

இந்த நேரத்தில்தான் ஜெயப்பிரகாஷ் நாராயணன் அவர்களின் 'முழுப் புரட்சி' முழக்கம் கேட்க ஆரம்பித்தது. அவரது நோக்கம் ஊழலை ஒழிப்பது! பீகாரில் தொடங்கிய அவரது கிளர்ச்சியின் நோக்கத்தைத் தி.மு.க. ஆதரித்தது. ஆனால், மக்களால் தேர்ந்தெடுக்கப்பட்ட ஒரு அரசை மத்திய அரசு திடீரெனக் கலைத்து விட வேண்டுமென்று எந்த ஒரு கட்சி சொல்வதையும் தி மு. க. ஏற்றுக் கொள்ளவில்லை. ஏனெனில் மத்தியில் கூட்டாட்சி- மாநிலத்தில் சுயாட்சி என்ற தத்துவத்திற்கு அது முரணான தென்று கழகம் கருதுகிறது. ஜெயபிரகாஷ் அவர்கள், நாடு தழுவிய லஞ்ச ஊழல் ஒழிப்புப் போரை நடத்த வேண்டுமென்று கூறியபோது, தமிழ்நாட்டு அரசின் சார்பில் அவரோடு விவாதித்து அவரது

அறிவுரைகளை ஆராய்ந்து மேற்கொள்ளத் தயாராக இருப்பதாக அறிவிக்கப்பட்டது.

"தமிழக முதல்வர் கருணாநிதி, என் கோஷத்தை அலட்சியப்படுத்தாமல் பேச்சு வார்த்தைகள், விவாதங்கள் அனைத்திற்கும் தயாராக இருக்கிறேன் என்று கூறியிருப்பது பாராட்டத்தக்கது'' கூறியது என திரு. ஜெயப்பிரகாஷ் மட்டுமல்ல, அதுபற்றி என்னுடன் விவாதிக்கவும் செய்தார்.

இந்திராவுக்கு ஜெயப்பிரகாஷைப் பிடிக்கவில்லை. லஞ்ச ஊழல்களைக் களைய சமுதாய அடிப்படையிலும் தலை கீழ் மாற்றங்களைச் செய்ய வேண்டும் என்று ஜே. பி. சொன்னதை, இந்திரா ஏற்றுக் கொள்ளத் தயாராக இல்லை. எனவே ஜெயப்பிரகாஷுடன், தி. மு. க. பெரும் பாலும் ஒத்துப்போவதை இந்திரா எரிச்சலுடன் நோக்கினார்.

டெல்லி வட்டாரத்திலும், குறிப்பாக டெல்லி வட்டாரத்தை உசுப்பிவிடக் கூடிய ஆற்றலும், சூது மனமும் கொண்ட தமிழ்நாட்டில் உள்ள ஒரு சில உயர் பிரிவினரிடமும் தி. மு. க. அரசு மீது வெஞ்சினம் ஏற்படப் பிறிதொரு நிகழ்ச்சியும் காரணமாயிற்று.

சுயமரியாதை இயக்க நிறுவனரும், திராவிடர் கழகத் தலைவருமான பெரியார் மறைந்தார்.

ஆட்சி மன்றப் பொறுப்புக்கள் எதிலும் இல்லாத பெரியாரின் சவ அடக்கத்தை, அரசு மரியாதையுடன் நடத்த வேண்டுமென்று கழக ஆட்சி தீர்மானித்தது. அதற்கு எதிராக முணுமுணுப்புக்கள், அதிகார வர்க்கத்து மறுப்புக்கள் அனைத்தும் கிளம்பின. அனைத்தையும் பொருட்படுத்தாமல் பெரியாரின் இறுதி யாத்திரையும் அடக்கமும் அரசு மரியாதைகளுடன் நடைபெற்றன.

டெல்லியிலும், டெல்லியைத் தூண்டிவிடுவோர் மத்தியிலும் கழக அரசின் மீது காழ்ப்பு, எல்லை கடந்தது.

மூதறிஞர் ராஜாஜி மறைந்தவுடன் அவர் நினைவாகக் கிண்டியில் கட்டப்பட்ட ராஜாஜி நினைவாலயத்தைத் திறந்துவைக்க ஜே. பி. அழைக்கப்பட்டிருந்தார்.

"தமிழ்நாட்டில் மதுவிலக்கு மீண்டும் அமலில் வந்தமைக்கு மகிழ்ச்சி! குதிரைப் பந்தயத்தையும் ஒழிக்கச் சட்டம் கொண்டுவந்து நிறைவேற்றியுள்ளீர்கள். மகிழ்ச்சி! பரிசுச் சீட்டையும் நிறுத்திவிட்டால் மிகவும் மகிழ்வேன்.'' -என்று அந்த விழாவில் ஜே. பி. பேசினார்.

அதே மேடையில், அடுத்த செப்டம்பர் முதல், பரிசுச் சீட்டு நிறுத்தப்படும் என்று கழக அரசின் சார்பில் அறிவித்தேன். அவ்வாறே கழக ஆட்சியில் பரிசுச் சீட்டும் நிறுத்தப்பட்டது.

ஜே.பி.க்கும்-தி. மு. க.வுக்கும் இடையில் வளர்ந்த நட்பு, இந்திரா குழுவினரைப் பொங்கி எழச் செய்தது. அந்தக் கோபத்தைக் காட்டி, தி. மு. க. அரசை கவிழ்த்து விடுகிற அளவுக்குக் காரணங்கள் எதுவும் அவர்களுக்குக் கிடைக்கவில்லை.

மத்திய அரசின் ஆளுங்கட்சிக்கும், மாநில அரசின் ஆளுங்கட்சிக்கும் சில கொள்கை ரீதியான முரண்பாடுகள். நடைமுறையில் எழுந்த பிரச்சினைகள் மட்டுமன்றி, எல்லாவற்றுக்கும் மேலாக இந்திராவுக்கும் தி. மு. க. வுக்கும் வேறுபாடுகள் முற்றிட 1975-ஆம் ஆண்டு காரணமாக அமைந்தது என்றால் அது மிகையன்று.

"இந்திராகாந்தியின் தேர்தல் செல்லாது; அதில் ஊழல் நடைபெற்றுள்ளன'' என்று அலகாபாத் உயர் நீதிமன்ற நீதிபதி சின்ஹா தீர்ப்பு வழங்கினார்.

மேல் முறையீட்டுக்கு இந்திராகாந்தி உச்ச நீதிமன்றத்திற்குச் சென்றார்.

உச்ச நீதிமன்றம் வழக்கை விசாரித்தறிவதற்குள்ளாக, அவசரம் அவசரமாக தேர்தல் விதிகளை மாற்றி பாராளுமன்றத்தில்

நிறைவேற்றி, உச்ச நீதிமன்றம் தனக்குச் சாதகமாகத் தீர்ப்பு அளிக்கும் வகையில் வழி செய்து கொண்டார் இந்திரா காந்தி!

உயர்நீதிமன்றத் தீர்ப்பை உச்ச நீதிமன்றத்தில் மாற்றுவதற்காக-தனிப்பட்ட ஒரு நபருக்காக சட்டங்கள் திருத்தப்பட்ட கொடுமை கண்டு நல்லோர் கொதித்தனர். எப்படியோ, இந்திரா பதவியைக் காப்பாற்றிக் கொண் டார் என்பதோடு, தி.மு.க. தன் நிலையை நிறுத்திக் கொண்டது.

இந்திரா அத்துடன் நிற்கவில்லை. தேசத் தலைவர்கள் மீது வீண்பழிகளை சுமத்தி ஜே. பி. உட்பட இலட்சத்திற்கு மேற்பட்டோரைக் கைது செய்து, 1975 ஜூன் 26ந் தேதி காலையில் "இம் என்றால் சிறைவாசம்! ஏனென்றால் வனவாசம்'' என்கிற போக்கில் நெருக்கடிநிலையைப் பிரகடனம் செய்தார்.

தலைவர்கள் கைது;

பத்திரிகைகள் முன் தணிக்கை; பேச்சுரிமைக்குத் தடை; நாடு செயலிழந்து 'கையில் ஊமை'யைப் போல் விழித்தது. தனக்குப் பிடிக்காத தலைவர்களையும் அரசியல் கட்சிகளையும் "வெளிநாட்டு ஏஜண்டுகள்'' என்றும் "தேசத்துரோகிகள்'' என்றும், "சோஷலிச விரோதிகள்'' என்றும் "வன்முறையாளர்கள்'' என்றும், "கொள்ளைக்காரர்கள்" "கொலைகாரர்கள்" வர்ணித்து இந்திரா காந்தி, ஜனநாயகத்தைக் கொலை செய்திடக் கொடுவாளை ஓங்கி விட்டார்.

1975 ஜூன் 26 காலையில் அவசர நிலைப் பிரகடனம்; அதனையொட்டி வாய்ப்பூட்டு, கைக்கட்டு செய்திகள் அனைத்தும் இருட்டடிப்பு என்ற நிலை ஏற்பட்டதும், அடுத்த நாளே தி. மு. கழகத்தின் செயற்குழு தமிழகத் தலைநகராம் சென்னையில் கூடியது. செங்கற்பட்டு மாவட்ட சுற்றுப் பயணத்தில் ஈடுபட்டிருந்த காமராசர் இந்தச் செய்தி கேட்டுப் பதறினார். 'ஜனநாயகத்திற்குப் பேராபத்து வந்துவிட்டது'

என்று கூறினார். உடனடியாக தேசத் தலைவர்களை விடுதலை செய்ய வேண்டுமென்று முழங்கினார்.

கழகத்தின் அமைப்பு ரீதியான செயற்குழுத் தீர்மானமும் இந்திராவின் சர்வாதிகாரப் போக்கைச் சுட்டிக் காட்டியதோடு, நெருக்கடி நிலைப் பிரகடனத்திற்கு எதிராகக் குரல் கொடுத்தது.

தமிழ்நாடு, தொன்மைக் காலந்தொட்டு, ஜனநாயகத்தில் நம்பிக்கை கொண்டிருந்தது என்பதற்கான சான்றுகள் இன்றைக்கும் கல்வெட்டுகளில் கிடைக்கின்றன.

பல்லாயிரம் வருடங்களாகப் போற்றிப் பாதுகாத்து வந்த ஜனநாயக நெறியை இழப்பதற்கு இணங்க மாட்டோம் என்று அமைப்பு ரீதியாக முதல் குரல் கொடுத்த பெருமை, தமிழகத்தில் தி. மு. க.வுக்கு உண்டு.

தொடர்ந்து சில நாட்களுக்கெல்லாம் காமராசர் தலைமையில் இருந்த காங்கிரஸ் கட்சி, அமைப்பு ரீதியான ஒரு தீர்மானத்தை இந்திரா காந்தியின் நெருக்கடிப் பிரகடனத்திற்கு எதிராக நிறைவேற்றியது.

தி. மு. கழகச் செயற்குழு, தீர்மானம் நிறைவேற்றிய வுடனேயே- கழக அரசு கலைக்கப்படும் என்று மிரட்டல்கள் தொடர்ந்தன.

எந்த மிரட்டலுக்கும் கழகமோ, கழக அரசோ கலங்கவில்லை.

கடந்த 27-6-75 அன்று சென்னையில் கூடிய திராவிட முன்னேற்றக் கழகத் தலைமைச் செயற்குழுக் கூட்டத்தில் நிறைவேற்றப்பட்ட தீர்மானங்கள் வருமாறு:

செயற்குழுவின் தீர்மானம்

“உலகத்தின் மிகப் புகழ் வாய்ந்த மாபெரும் சனநாயக் நாடாகக் கருதப்பட்டு வந்த இந்தியத் திருநாட்டில், அண்மைக் காலமாக ஆளும் காங்கிரசார் கடைபிடிக்கும் போக்கும்,

தலைமையமைச்சர் இந்திரா காந்தி அவர்கள் நடைமுறைப்படுத்தும் காரியங்களும், சனநாயக ஒளியை அறவே அழித்து நாட்டைச் சர்வாதிகாரப் பேரிருளில் ஆழ்த்தும் வண்ணம் அமைந்து வருவது கண்டு தி.மு. கழகச் செயற்குழு தனது வேதனையைத் தெரிவித்துக் கொள்கிறது.

இந்திய நாடு சுதந்தரம் பெற்று, விடுதலைக்கான வெள்ளி விழாவும்-குடியரசுப் பிரகடனத்திற்கான வெள்ளி விழாவும் கொண்டாடி முடித்த பிறகும், அடித்தளத்து மக்கள்-ஏழை எளியோர்-பாட்டாளிகள்- ஆகியோர் வாழ்வில் நிம்மதியற்ற நிலையேதான் நீடித்து வருகிறது; 'அவர்களுக்காகப் பெரிய சாதனைகளை உருவாக்கப் போகிறோம்' என்று மத்திய அரசினரால் அறிவிக்கப்பட்ட பட்டியல்கள் ஏராளமெனினும், பயன் ஏதும் ஏற்படவில்லை.

தனது தேர் தல் கால வாக்குறுதிகளில் ஆளும் காங்கிரசும், குறிப்பாக திருமதி இந்திரா காந்தி அவர்களும், முக்கியமாக வறுமையை விரட்டும் பணியை உடனடியாக நிறைவேற்றப் போவதாகக் கூறிவந்தனர்; அந்தப் பணிக்கு எந்தக் கட்சியும் எதிர்ப்புத் தெரிவிக்கவில்லை. வறுமை நீங்கி-ஏழை எளிய மக்கள் மகிழ்வெய்தி இந்திய நாடு மேன்மையுறுவது எல்லாக் கட்சிகளுக்கும் உடன்பாடான கொள்கைதான்!

குறிப்பாகத் தி. மு. கழகத்தைப் பொறுத்தவரையில்- இந்திரா காந்தி அறிவித்த முற்போக்குத் திட்டங்களை வரவேற்றுப் பாராட்டித் தனது ஒத்துழைப்பையும் நல்கியிருக்கிறது.

வங்கிகளைத் தேசியமயமாக்குவது—மன்னர் மானியத்தை ரத்து செய்வது போன்ற செயல்களை வற்புறுத்தியதும், வரவேற்றதும் தி. மு. கழகம் என்பதை நாடறியும்.

இதுபோன்ற இரண்டோர் அறிவிப்புக்களால் வறுமை தொலைந்து விடவில்லை; வறுமையை அகற்ற முடியாததற்கான பழியை எதிர்க்கட்சிகளின்மீது சுமத்துகின்ற பிரச்சாரத்தைத் தொடர்ந்து செய்துவந்த இந்திரா காந்தி அவர்கள், இப்போது திடீரென 'உள்நாட்டுப் பாதுகாப்பு'

என்ற பேரால் அவசரநிலைப் பிரகடனத்தைச் செய்து விட்டு—அந்த அவசரச் சட்டத்தையொட்டி ஏழை எளிய பின் தங்கிய மக்களுக்கு நன்மைகளை வாரி வழங்கப் போவதாக அறிவித்துள்ளார்!

நன்மை செய்வதை எந்தச் சூழ்நிலை தடுத்தது?

இந்தப் பாதுகாப்பு அவசரச் சட்டம் இல்லாமல், இதுவரை இருந்துவந்த சனநாயகச் செயல் முறையிலேயே ஏழைகளுக்கான நன்மைகளை வழங்குவதை எந்தச் சூழ்நிலை தடுத்தது?

நாடாளுமன்றத்தில் மிகப் பெரும்பான்மையான பலத்துடனும்—இந்தியாவின் பல மாநிலங்களில் தங்கள் கட்சி ஆட்சியுடனும் வலிவோடு விளங்குகின்ற இந்திரா காந்தி, முற்போக்குத் திட்டங்களை-ஏழைகளுக்கான நன்மைகளை-நாடாளுமன்ற, சட்டமன்றப் பெரும்பான்மையோடு சட்டமாக்க முடியவில்லை; ஆகவே, உள்நாட்டுப் பாதுகாப்புக்கான அவசரச் சட்டமென்னும் 'ஆட் கொல்லி'ச் சட்டத்தைப் பிரகடனம் செய்கிறேன் என்பது, வேடிக்கையான-விபரீத வாதமாக இருக்கிறது; இன்னும் சொல்லப்போனால், எதிர்க்கட்சி முதலமைச்சர்கள் இருக்கும் தமிழகத்தில் அல்லது கேரளத்தில் அல்லது குசராத்தில், ஏழை எளியோரை வாழ வைக்கும் சட்டங்களை மறுக்கின்ற அரசுகள் இருக்கின்றனவா?

வருந்தத்தக்க செய்தி என்னவென்றால், ஏழை எளிய மக்களுக்காகவும், தொழிலாளர்களுக்காகவும் தமிழகத் தி. மு. கழக அரசு நிறைவேற்றத் துடிக்கின்ற திட்டங்களை அங்கீகரிக்காமல் முட்டுக்கட்டை போடுவதில் மத்திய அரசு முனைப்பாக இருந்து வருகிறது என்பதுதான் உண்மையாகும்!

சர்வாதிகாரத் தொடக்க விழா

உண்மையின் உருவம் மறைக்கப்பட்டு-பொய்யின் நிழலில் நின்று கொண்டு-எதிர்க்கட்சிகளை அடக்குவதற்குத் திட்டம்

தயாரித்து-அந்தத் திட்டம் ஏன் தேவைப்படுகிறது என்பதற்கான போலிக் காரணங்களைத் தேடி அலைந்து-வீண் அபவாதங்களை வாரி இறைத்து, எடுத்ததற்கெல்லாம் 'சதி' வெளிநாட்டுத் தொடர்பு, பிற்போக்கு வாதிகள் என்ற சொற்களைப் பொழிந்து-காலா காலத்திற் கும் இந்திய நாட்டு மக்களுக்கு மாசு ஏற்படுத்தும் வகை யில் திருமதி இந்திரா காந்தி, நேற்றைய தினம் (26-6-75) அதிகாலையில் சர்வாதிகாரத்திற்கான தொடக்க விழாவை நடத்தியிருக்கிறார்!

வெளிநாட்டார் பகையிலிருந்து நாட்டை மீட்க அணி திரண்டு நின்றவர்களையெல்லாம் இன்று, 'உள்நாட்டைப் பாதுகாக்கிறேன்' என்ற பெயரால் சிறைக் கொட்டடிகளில் தள்ளியிருக்கிறார்!

இந்திய மண்ணின் விடுதலைக்காகத் தியாகத் தழும்புகளை ஏற்ற பழம்பெரும் தேசபக்தர்கள் 'கைதிகள்' என்ற பரிசினை இந்திரா ஆட்சியில் பெற்றிருக்கிறார்கள்!

வெள்ளையர் ஆட்சியிலும் இல்லாத நிலை

வெள்ளையர் ஆட்சியின்போதும் இல்லாத கடுமையான நடவடிக்கைகள் மேற்கொள்ளப்பட்டிருக்கின்றன!

தேசத் தலைவர்களின் மீது ஏவி விடப்பட்டுள்ள அடக்குமுறை கண்டு நாடு குமுறி எழுந்துள்ளது!

எல்லாச் செய்திகளும் இருட்டடிப்புச் செய்யப்பட்டு விட்டன!

அப்படி ஒரு சட்டம் பாய்ந்துள்ளது இப்போது! வையம் புகழ் தலைவர்கள் கைது செய்யப்பட்ட செய்தியைக்கூட வானொலி வெளியிடவில்லை!

'சிலர் கைது' என்று கூறி நாட்டின் நாயகர்களை- நபர்களில் சிலராக வானொலி வர்ணிக்கிறது!

தணிக்கை செய்யப்பட்ட பிறகே பத்திரிகைகளில் செய்திகள் வெளிவர வேண்டுமாம்!

விடுதலை பெற்ற இந்தியாவில், எத்தனையோ முறை எதிர்க்கட்சிகளின் எழுச்சி மிக்க கிளர்ச்சிகள் எரிமலைகளாக வெடித்திருக்கின்றன!

அப்போதெல்லாம், ஜவகர் காலத்திலோ-லால் பகதூர் காலத்திலோ பாயாத உள் நாட்டுப் பாதுகாப்பு அவசரச் சட்டம், இன்று முதன்முறையாகப் பாய் வானேன்?

சதி நடத்துவோர்-வன்முறையில் ஈடுபடுவோர்- தகாத முறையில் பேசுவோர்-எழுதுவோர் தண்டிக்கப் பட, ஏற்கனவே எத்தனையோ சட்டங்கள் இருக்கும்போது, நாட்டைச் சர்வாதிகாரப் பாதைக்கு இழுத்துச் செல்லும் வகையில் இந்த அவசரச் சட்டம் அமுலுக்கு வருவது தேவைதானா?

'சனநாயகத்தைப் பாதுகாக்கிறோம்' எனக் கூறி, சர்வாதிகாரக் கொற்றக்குடையின் கீழ் தர்பார் நடத்திட எடுக்கப்படும் முயற்சி நாட்டுக்கு ஏற்றதுதானா?

தியாகத் தலைவர்களை விடுதலை செய்க

இவைகளையெல்லாம் இந்திரா காந்தி அம்மையார் சிந்தித்துப் பார்த்து—நேற்றைய அவசரகாலப் பிரகடனத்தினைத் திரும்பப் பெற்றுக் கொண்டு-நாட்டின் புகழ்மிக்க தியாகத் தலைவர்களை உடனடியாக விடுதலை செய்திட முன்வர வேண்டும்.

பத்திரிகையாளர்களின் கைக் கட்டுகளை அவிழ்த்து விட்டு பத்திரிகைகளுக்குரிய நியாயமான உரிமைகளைத் தடையின்றி வழங்க வேண்டும். அதுவே, 'இந்திய சனநாயகத்துக்குப் பெருமை சேர்க்கும் காரியமாகும்' என்று தி.மு.க. செயற்குழு சுட்டிக்காட்டுவதோடு, சனநாயகத்தைப் பாதுகாக்க இந்தச் செயற்குழு, தலைமையமைச்சர் இந்திரா காந்தி அவர்களுக்கு விடுக்கும் இந்த வேண்டுகோள், வெற்றி பெற இந்திய நாட்டு மக்கள் சிறப்பாகத் தமிழ் நாட்டு மக்கள் காந்தியடிகள் நெறியை மறவாமலும், சனநாயகச் சின்னமாம் அறிஞர்

அண்ணாவின் பாதையிலிருந்து தவறாமலும், தமக்கே உரிய தனிப் பண்பாட்டுடன்--அமைதியான முறையில்-வன்முறை தவிர்த்த வழியில்-சட்டம், ஒழுங்குக்கு ஊறு நேரா வண்ணம், நாட்டுக்கு வந்துள்ள நெருக்கடிக்குத் தீர்வு காண வேண்டுமென்றும் கேட்டுக் கொள்கிறது.

சனநாயகத்திற்கு ஏற்பட்டுள்ள இந்தப் பேராபத்தை நீக்குவதற்குத் தமிழ்நாட்டில் உள்ள தி. மு. கழகம் தோழமைக் கட்சிகளுடனும், இந்தப் பிரச்சினையில் ஒத்த கருத்துடைய மற்ற கட்சிகளுடனும் தொடர்பு கொண்டு, ஆவன செய்திடும் முயற்சிகளை மேற்கொள்ளும் அதி காரத்தைக் கழகத் தலைவருக்கும்-பொதுச் செயலாளருக்கும் இந்தச் செயற்குழு வழங்குகிறது.

இந்தத் தீர்மானம் நிறைவேற்றப்பட்டு; பிறகு இரண்டு வாரங்கள் கழித்துச் சென்னைக் கடற்கரையில் தி.மு.க. நடத்திய ஐந்து லட்சம் மக்கள் கொண்ட கூட்டத்தில், நெருக்கடி நிலையைத் திரும்பப்பெற்று அரசியல் தலைவர்களை விடுதலை செய்து—பத்திரிகைச் சுதந்திரத்தையும் வழங்குமாறு ஐந்து லட்சம் பேரும் எழுந்து நின்று சூளுரை எடுத்துக் கொண்ட செய்தி, உலகத்து அரசியல் அரங்கம் மிக உன்னிப்பாகக் கவனித்த தொன்றாகும்.

தன்னைச் சர்வாதிகாரியாக ஆக்கிக் கொள்ள இந்திரா முடிவெடுத்து விட்டார் என்று முதன் முதலாக கேலிச் சித்திரத்தின் மூலம் கண்டனம் செய்த ஏடு, தமிழ்நாட்டில் கழக ஒலியென விளங்கும் 'முரசொலி' தான். அந்தக் கேலிச் சித்திரத்தை வெளிநாட்டு முக்கிய ஏடுகள் எல்லாம் கூட எடுத்துப் பிரசுரித்தன.

இந்திராவின் எதேச்சாதிகாரப் போக்குக் கண்டு, காமராசர் கலங்கினார்... மன வேதனையால் நோயுற்றுப் படுக்கையில் விழுந்தார். அவரைக் கண்டு நலம் விசாரிக்க நானும், அன்றைய கல்வியமைச்சரும், தி.மு.க. பொதுச் செயலாளருமான நாவலர் நெடுஞ்செழியன் அவர்களும்

சென்றோம். காமராசர், கட்டிப் பிடித்துக் கொண்டு தேம்பி அழுதார். "தேசம் போச்சு! தேசம் போச்சு!' என்று கதறினார். நான் அப்போது அவரிடம் சொன்னது இதுதான்:

"இப்போது கட்சிகள், பிரச்சினைகள் எதுவுமில்லை. சனநாயகம் இருந்தால்தான் ஒருவருக்கொருவர் கருத்துக் களால் மோதிக் கொள்ளக்கூட முடியும். எனவே சன நாயகத்தைக் காக்க ஓரணி அமைப்போம்! நாங்கள் ஆட்சிப் பொறுப்பிலிருந்து விலகி விடுகிறோம். சனநாயகம் காக்கும் போருக்கு நீங்கள் தலைமையேற்றிடுங்கள். நாங்கள் உங்கள் பின்னே அணி வகுக்கிறோம்!"

காமராசர், "கழகம் ஆட்சிப் பொறுப்பில் இருந்து பதவி விலகுவதை விரும்பவில்லை. கொஞ்ச நாள் பொறுத்துக் கொள்ளலாம்" என்று கூறினார்.

கர்நாடகத்திலிருந்து வீரேந்திர பட்டீல் சென்னைக்கு வந்தார். அவரிடமும் கழக அரசு பதவி விலகிட வேண்டுமென்ற கருத்தைச் சொன்னோம். அவரும் அதை ஏற்கவில்லை.

சோஷலிஸ்டுக் கட்சித் தலைவர் கோரே எம். பி. வந்தார். கழக அரசு, பதவி விலகவேண்டுமென்ற கருத்தை அவரும் ஒப்பவில்லை.

இன்றைய ஜனாதிபதி, நீலம் சஞ்சீவ ரெட்டியார் சென்னைக்கு இரண்டு, மூன்று தடவைகள் வந்தார். சந்தித்து விவாதித்தோம். அவரும் கழக அரசு பதவி விலகுவதைச் சிறிதுகூட விரும்பவில்லை.

இப்படிக் கைதாகாமல் இருந்த தலைவர்களும், தலை மறைவாக இருந்த பெர்னாண்டஸ் போன்றவர்களும் தமிழ் நாட்டில் தி. மு. க. ஆட்சி பதவி விலகி விடக் கூடாது என்றே தகவல் தந்தவண்ணமிருந்தனர்.

சுதந்திரக் காற்றை சுவாசித்த இரண்டே மாநிலம்

இந்தியாவில், சுதந்திரமாக சுவாசிப்பதற்கு இருக்கிற இரண்டு மாநிலங்கள் ஒன்று குஜராத்! மற்றொன்று தமிழ்நாடு! அந்தச் சுதந்திரக் காற்றையும் இழந்துவிடக் கூடாது என்பதே அவர்கள் கருத்து.

இந்திராவின் சர்வாதிகாரக் கொடுமைகளையும் இருட்டடிப்புச் செய்யப்பட்ட பயங்கரச் செய்திகளையும், அரசியல் வாதிகளுக்கு ஏற்பட்ட அவதிகளையும், அநியாயங் களையும், ஏடுகளில் கண்டறிய முடியாத அளவுக்குத் தடுக்கப்பட்ட பொது மக்களுக்கு, துண்டறிக்கைகள் மூலம்-கூட்டங்கள் மூலம்-செய்திகளை சொல்ல தி. மு. கழகம் தமிழ்நாட்டு அரசுக் கட்டிலில் அமர்ந்திருந்தது பயனுள்ளதாக அமைந்தது. இந்தியாவில் தமிழ்நாடு, குஜராத் தவிர இந்திரா காங்கிரசின் ஆளுகைக்கு உட்பட்ட எல்லா மாநிலங்களிலும் அவசர காலக்கொடுமையை மக்கள் நேரடியாக அனுபவித்துப் பதைத்தனர்.

அவசர காலச் சட்டத்தின் நூற்றுக் கணக்கான தீமைகளை மக்கள் மீது பாயவிடாமல் தடுத்துக்கொண்டு அந்தச் சட்டத்தின் காரணமாக விளைந்த ஒன்றிரண்டு நன்மைகளை மட்டும் மக்களின் பக்கம் செல்ல விடுகிற அளவுக்குத் தி.மு.க. அரசு, ஒரு கேடயம் போல் திகழ்ந் தது.

பதுக்கல் பேர் வழிகள், கள்ளக் கடத்தல் காரர்கள் தடை செய்யப்பட்ட கட்சியைச் சார்ந்தோர், மத்திய அரசு தாக்கீதுகளின்படி மாநில அரசால் தமிழகத்தில் கைது செய்யப்பட்டு, 'மிசா' கைதிகளாக வைக்கப்பட்டார்கள் என்றாலும், வேறு எந்த அரசியல் கட்சிக்காரர்களையும் மிசாவில் கைது செய்யும் காரியத்தைக் கழக அரசு மேற்கொள்ளவில்லை,

ஏற்கனவே கழக அரசு தமிழகத்தில் தொடர்ந்து நடத்தி வந்த பதினைந்துக்கும் மேற்பட்ட திட்டங்களையே இந்திராகாந்தி 'இருபது அம்சத் திட்டம்' என்று அறிவித்தார்.

மிசாவில் சமூக விரோதிகள் கைது செய்யப்பட வேண்டும் என்ற அறிவிப்புக்கு இணங்க, கள்ளச்சாராய வியாபாரிகள் நூற்று ஐம்பது பேரைக் கழக அரசு மிசாவில் கைது செய்தது. அந்த நூற்று ஐம்பது பேரில் தி. மு.க ஆதரவாளர்கள் கூட நாலைந்து பேர் இருந்தனர். அந்த நூற்று ஐம்பதில் இரண்டு பேர் அ.தி.மு.க.வையும், காங்கிரசையும் ஆதரிப்பவர்கள் என்பதற்காக, அவர்களை விடுதலை செய்ய வேண்டுமென்று உள்துறை அமைச்சர் பிரம்மானந்த ரெட்டியாரிடம் முறையிட்டார்கள்.

ஆளுக்கொரு விதமாகச் செயல்பட்ட அவசரகாலச் சட்டம்!

இருவரை மட்டும் விடுவித்தால் நன்றாக இருக்காது என்று, கள்ளச் சாராய வியாபாரக் கோமான்கள் யாரையுமே மிசாவில் கைது செய்யக்கூடாது என்ற ஒரு பொது உத்தரவை, மத்திய அரசு தமிழக அரசுக்கு அனுப்பி வைத்தது. அதன்படி அந்த, நூற்றி ஐம்பது பேரும் விடுவிக்கப்பட்டனர். அவசர காலச்சட்டம். ஆளுக்கொரு விதமாகச் செயல்படுத்தப்பட்டது என்பதற்கு இது ஓர் உதாரணம்.

அவசர காலச் சட்டத்தின்படி தொழிலாளர்க்குப் போனஸ் கிடையாதல்லவா? அதற்காக அவர்கள் கிளர்ச்சி செய்யவும் முடியாதல்லவா?

கோவை போன்ற இடங்களில் பல்லாயிரக் கணக்கான தொழிலாளர்களுக்கு போனசுக்குப் பதிலாக “முன்பணம்” என்ற பெயரால் தொகைகள் தருவதற்குக் கழக அரசு ஏற்பாடு செய்து, தொழிலாளர்களின் தொல்லையை நீக்கியது.

அவசர நிலையைப் பயன்படுத்திக் கொண்டு, வேண்டு மென்றே அவதூறு செய்திகளை வெளியிட்ட சில இந்திரா ஆதரவுப் பத்திரிகைகளின் ஒருநாள் பிரதிகள் காவல்

துறையினரால் பறிக்கப்பட்டதைத் தவிர, நெருக்கடி காலத்திலும் பத்திரிகைகளை அறவே முடக்கி விடாமல் கழக அரசு ஓரளவுக்குப் பாதுகாப்பாக இருந்தது.

பொதுக் கூட்டங்கள் நடத்த எவ்விதத் தடையையும் கழக அரசு விதிக்கவில்லை.

இந்தியாவில் அவசரச் சட்ட பிரகடனம் பற்றிக் கேள்வியுற்ற ஒரு வெளிநாட்டுக்காரர், அதன் விளைவுகளைப் பற்றித் தெரிந்துகொள்ள இந்தியாவுக்குப் புறப் பட்டு, நேராக சென்னையில் வந்து விமானத்தில் இறங்கித் தமிழ்நாட்டைச் சுற்றிப் பார்த்தால், அந்த வெளிநாட்டுக் காரரால் எந்த வேறுபாட்டையும் உணர்ந்து கொள்ள முடியாது. கழக அரசு, அவசர கால அச்சுறுத்தல்கள் மக்கள் வாழ்வைப் பாதிக்காத வண்ணம் பார்த்துக் கொண்டது தான் அதற்கு முக்கிய காரணம்.

அதனால்தான் அவசர நிலையைக் கண்டித்துக் கழக அரசு பதவி விலகக்கூடாது என்று வெளியில் இருந்த பெருந்தலைவர்கள் எல்லாம் வலியுறுத்திக் கொண்டேயிருந்தார்கள்.

கழகம் நடத்திய பாசிச எதிர்ப்பு மாநாடு

சென்னையில் தி. மு. க. சார்பில் நடைபெற்ற பாசி எதிர்ப்பு மாநாட்டில் கலந்து கொண்ட ஈ.எம்.எஸ் நம்பூதிரிபாட், பின்வருமாறு கூறினார்:

"இன்று காலையில் சென்னைக்கு வந்த நான், தி.மு.க. சார்பில் இப்படியொரு மாநாடு நடப்பதாகக் கேள்வியுற்று நானே வலுவில் வந்து மாநாட்டில் கலந்து கொண்டிருக்கிறேன். ஏன் தெரியுமா? இப்போது இந்தியாவில் தமிழ் நாட்டைத் தவிர வேறு எங்கும் மக்களைச் சந்தித்துப் பேச முடியாது."

-இவ்வாறு 1975 ஜூன்முதல், 1976 ஜனவரி 31-ஆம் நாள் வரையில் ஏழெட்டு மாத காலம் நெருக்கடி காலத் தொடக்க

கட்டத்தின் கடுமையும், கொடுமையும் வெறும் நிழலாகக்கூட தமிழ் மக்களைத் தீண்டாமல் பாதுகாத்தது தி.மு.க. அரசுதான்!

இந்திராவின் எதேச்சதிகாரத்தைக் கண்டித்து செயற் குழு, பொதுக் குழு மட்டுமல்ல, கழக மாநாடுகள் அனைத்திலும் தீர்மானங்கள் நிறைவேற்றப்பட்டன.

கழகத் தீர்மானங்கள், கழகம் வெளியிட்ட துண்டு அறிக்கைகள், பல்வேறு மொழிகளில் அவரவர்களாகவே அச்சிட்டும், தட்டச்சு மூலம் அடித்தும், "ரோனியோ" மூலம் பிரதிகள் எடுத்தும், உலக நாடுகள் அனைத்துக்கும் அனுப்பி வைத்தனர் ஆயிரக்கணக்கில்.

நெருக்கடி நிலையை தி.மு.க. எதிர்ப்பதைக் கண்டித் தும், இருபது அம்சத் திட்டத்தை கழக அரசு நிறைவேற்றவில்லை என்று குறிப்பிட்டும்- அ. தி. மு. க. காங்கிரஸ் இந்தியக் கம்யூனிஸ்டுக் கட்சியினர் கண்டனத் தீர்மானத்தின் மீது மிகக் காரசாரமாகப் பேசியதற்கு முதலமைச்சர் என்ற முறையில் சட்டப் பேரவையில் நான் அளித்த பதிலுரையில், எழுப்பப் பட்ட பிரச்சினைகள் அனைத்துக்கும் விளக்கம் அளிக்கப்பட்டது. அந்த உரை, “வாளும் கேடயமும்” என்ற நூல் வடிவில் வெளியிடப்பட்டது. அதன் ஆங்கில மொழி பெயர்ப்பை சர்வோதயத்தினரும் நெருக்கடி நிலையை எதிர்த்த எல்லா இயக்கத்தினரும் நாடு முழுதும் பரப்பினர்.

வேதனை தாங்காமல் காமராசர் மறைவு

இதற்கிடையே 1975 அக்டோபர் இரண்டாம் நாள் காந்தி பிறந்த நாளன்று அரசியல் தலைவர்கள் அனைவரும் விடுதலை செய்யப்படுவார்கள் என்று எதிர்பார்த்திருந்த பெருந்தலைவர் காமராசர், அப்படி யாரும் விடுதலை செய்யப்படாதது மட்டுமல்ல, பழம்பெரும் தேசத்தியாகி ஆச்சார்ய கிருபளானி அவர்கள் “காந்தி ஜெயந்தி” அன்று கைது செய்யப்பட்டார்- என்பதையும் கேள்வியுற்று வேதனை தாங்க முடியாமல் அவர் வீட்டில் (சென்னையில்) மாரடைப்பால் மாண்டார்.

இராஜாஜி மறைந்தபோது கூட வராத இந்திரா காந்தி காமராசர் மறைந்த செய்தி கேட்டுத் தமிழகம் புறப் பட்டார்.

அதற்கு முன்பே, காமராசருடைய உடல் ராஜாஜி மண்டபத்தில் அரசாங்க மரியாதையுடன் பார்வைக்கு வைக்கப்பட்டு, அரசு மரியாதைகளுடன் அடக்கம் செய்வது என்று கழக அரசு ஏற்பாடுகளைச் செய்து முடித்து விட்டது.

காமராசரின் முகதரிசனம் காண்பதற்காக இந்திரா வந்ததாக யாரும் நினைக்கவில்லை. அவருடைய கரிசனமே-காமராசருக்குப் பிறகு அவருடைய கட்சியினரைத் தன் பக்கம் இழுத்துக் கொள்ள வேண்டுமென்பதில்தான் இருந்தது.

காமராசரை இந்திராகாந்தி உண்மையாகவே தனிப்பட்ட முறையிலேகூட மதிக்கவில்லையென்பதற்கு ஓர் உதாரணத்தைக் கூறமுடியும்.

காமராசரை அவமதித்த இந்திரா

1972-ம் ஆண்டில் கன்யாகுமரியில் ரயில் பாதை அடிக்கல் நாட்டு விழா என் தலைமையில் நடைபெறுகிறது. இந்திராகாந்தி அந்த விழாவில் அடிக்கல் நாட்டுகிறார். அது மத்திய அரசு நடத்துகிற விழா. அந்தப் பகுதியின் பாராளுமன்ற உறுப்பினர் என்ற முறையில் காமராசரும் அந்த விழாவுக்கு வந்திருக்கிறார். அவருக்கு மேடையில் கடைசி நாற்காலி போடப்பட்டிருக்கிறது. அவரைப் பார்த்து இந்திராகாந்தி ஒரு வார்த்தைகூடப் பேசவில்லை. விழா முடிந்து மேடையிலிருந்து இறங்கும்போது பெருந்தலைவர் காமராசர் பிரதமர் இந்திராவுக்கு வணக்கம் செலுத்துகிறார். அதற்குப் பதில் வணக்கம்கூட செலுத்தாமல் மேடையைவிட்டு அந்த அம்மையார் இறங்கிவிடுகிறார். என் மனம் படாதபாடு படுகிறது. நான் பெருந்தலைவரின் கரங்களைப் பற்றிக்கொண்டு நலம் விசாரிக்கிறேன். இது குமரிமுனையில் நடந்த நிகழ்ச்சி.

அவ்வாறு இந்திராவினால் அலட்சியப்படுத்தப்பட்ட காமராசர் மறைந்ததும், இந்திராவின் வருகை இயற்கை யானதாக அமையவில்லை.

தன்னுடைய ஆருயிர் நண்பர் மறைவுக்கு வரமுடியாத அளவுக்கு நீலம் சஞ்சீவ ரெட்டியார் கஷ்டப்பட்ட தும், பிறகு கழக அரசு மேற்கொண்ட முயற்சிகளால் தான் ரெட்டியார் காமராசரின் இறுதி யாத்திரைக்கு வரமுடிந்தது என்பதும், நீலம் சஞ்சீவ ரெட்டியார், குடியரசுத் தலைவரான பிறகு அவரே வெளிப்படையாகக் கூறிய செய்தியாகும். ஏன் அந்த நிலை?

அவசரகாலச் சட்டத்தால் சஞ்சீவரெட்டி போன்ற வர்கள் ஒரு ஊரிலிருந்து, இன்னொரு ஊருக்குச் செல்வது கூட அவ்வளவு சிரமத்திற்குரியதாக இருந்தது.

மறைந்த காமராசருக்கு, கிண்டியில் காந்தி மண்டபத்திற்கு அருகே ராஜாஜிக்கு அமைத்த நினைவகம்போல எழில்மிகு மண்டபம் ஒன்று, அவரது உடல் எரியூட்டப் பெற்ற இடத்தில் அமைக்கப்பட்டது.

காமராசர் மறைவுக்கு வந்துவிட்டு டெல்லி திரும்பிய வுடனேயே இந்திராகாந்தி தமிழ்நாட்டில் இரண்டு காங்கிரசும் ஒன்றாக இணையவேண்டும் என்ற அழைப்பை விடுத்தார்.

காமராசர் பிறந்த விருதுநகர் இல்லத்தைத் தமிழகக் கழக அரசு, அரசின் சார்பில் தேசீயச் சின்னமாக ஆக்கியது.

இணைவதற்கு மறுத்த பழைய காங்கிரசைப் புதிய காங்கிரசார் பல இடங்களில் தாக்கத் தொடங்கினர்.

பழைய காங்கிரசார் தாக்கப்படாமல் தடுத்திடக் காவல் துறையின் உதவி தேவை என்று அந்தக் கட்சித் தலைவர்கள் என்னிடம் கோரிக்கை விடுத்தனர்.

சட்டம், ஒழுங்கு, அமைதி காக்க, கழக அரசு முனைப்பாக இருந்தது இந்திராகாந்திக்குப் பிடிக்கவில்லை.

இந்திரா காங்கிரசாரிடம், பழைய காங்கிரசார் அடி பட வேண்டும் என்றும், அமளிக்ளைத் தடுக்கக் காவல் துறையைப் பயன்படுத்தலாகாதென்றும் டெல்லி விரும்பியது

'இரண்டு காங்கிரசும் இணையும் விஷயத்தில் தி.மு. க குறுக்கே நிற்கிறதாமே?' என்று உள்துறை இணை அமைச்சர் ஓம் மேத்தா என்னிடமே நேரில் கேட்டார்!

மத்திய அமைச்சரின் பொய்ப் பிரச்சாரம் தி.மு.க. அரசு, சட்டம் ஒழுங்கைக் காப்பதில் ஆர்வம் காட்டாமல் இருந்தால் பழைய காங்கிரஸ்காரர்களை மிரட்டி, உருட்டி இந்திரா காங்கிரசில் இணைத்து விடலாம் என்று கருதினர். அதற்குத் தி. மு. க. அரசுதான் தடையாக இருக்கிறது என்று விரிவான பிரச்சாரத்தையும் செய்தனர்.

1975 நவம்பரில் நாடாளுமன்றம் கூடியது. பிரதமர் இந்திராகாந்தி, தமிழ்நாடு அரசின் மீது குறைகளைக் கூறியும், கடுமையான முறையில் விமர்சனம் செய்தும் நாடாளு மன்றத்தில் ஆதாரமற்ற குற்றச்சாட்டுகளைக் கூறினார்.

தி. மு. க. அரசு, இந்திரா கூறிய குற்றச்சாட்டுகள் அடிப்படையற்றவை என்று விளக்கமளித்து அறிக்கை வெளியிட்டது.

இந்தியப் பிரதமரான இந்திராவும், தமிழ்நாட்டு முதல்வர் பொறுப்பில் இருந்த நானும், மாறிமாறி ஒருவருக் கொருவர் பதில்களைக் கூற வேண்டிய அவசியம் ஏற்பட்டது.

இந்திராவுடன் சென்னைக்கு வந்து ஒரு கூட்டத்தில் பேசிய மேற்கு வங்க முதல்வர் சித்தார்த்த சங்கர் ரே ‘கருணாநிதி முழுகிக்கொண்டிருக்கிறார்' என்று கேலியாகப் பேசினார்.

இந்திரா அரசின் கீழான மனப்பான்மை

கழக ஆட்சியின் பலமான முயற்சியால் மத்தியஅரசின் சார்பில் சென்னையில் அமைந்த "டெலிவிஷன்" நிலைய வேலைகள் முடிவடைந்துவிட்டன. அதன் திறப்பு விழா விற்கு என்னையோ அல்லது தமிழக அமைச்சர்களில் ஒருவரையோகூட அழைக்காமல், மத்திய அமைச்சர் திரு. சுக்லா அவர்கள் வந்து, டெலிவிஷனைத் தொடங்கி வைத்தார். பொதுவாக மத்திய அரசு சார்புடைய விழாக்களுக்கு அந்தந்த மாநில முதல்வரோ, அல்லது அமைச்சர்களில் ஒருவரோ பங்குகொள்ள அழைக்கப்படுவது வழக்கம். கழகம் நெருக்கடி நிலையை எதிர்த்தது என்பதற்காக, கழக அமைச்சர்களில் யாரையும் விழாவிற்கு அழைக்காமல் தங்கள் குறுகிய மனப்பான்மையை அன்றைய இந்திரா அரசு புலப்படுத்தியது நாட்டுக்கு!

1975 ஜூன் திங்களில் நெருக்கடிநிலை பிரகடனப்படுத்தப் பட்டபோது, காமராசருடன் சேர்ந்து இந்திராவை எதிர்த்துத் தீர்மானம் போட்டவர்கள், இந்திராவைச் சர்வாதிகாரி என்றும், சண்டாளி என்றும் தங்கள் ஏடுகளில் எழுதிய, மிக முக்கியமான பழைய காங்கிரஸ்காரர்கள்— இப்படிப்பட்ட புள்ளிகள் சிலர், திடீரென இந்திராவை இந்தியாவின் ஆதிபராசக்தி என்று வர்ணிக்கத் தொடங்கி விட்டார்கள்.

அவர்களின் அந்த முடிவுக்குக் காரணம் எதுவாக இருக்க முடியும்?

இந்திராவின் கை ஓங்கியிருந்தது. காமராசர் மறைந்துவிட்ட காரணத்தால் பழைய காங்கிரஸ் கட்சிக்கு இனிமேல் செல்வாக்கு வளர முடியாது. கொள்கைப் பிடிப்பின் காரணமாகப் பழைய காங்கிரசிலேயே ஒட்டிக் கொண்டிருந்தால் தங்களின் தனிப்பட்ட வாழ்க்கை, வளம் குன்றிப்போய்விடும்; அல்லது குந்தகப் பட்டுவிடும்.

-தன்னலவாதிகளுக்கு இயற்கையாக எழக்கூடிய மன அரிப்புதான்; அவர்கள் கூறிவந்த கொள்கைகட்கு கடல்

அரிப்பாக மாறிவிடுகிறது என்பதை எத்தனையோ பேருடைய வாழ்க்கையில் காணமுடிகிற தல்லவா? இந்திரா காங்கிரசில் பழைய காங்கிரசை இணைக்கும் முயற்சி, பலமாகவும், மூர்க்கத் தனமாகவும் - இச்சகம் பேசியும், அச்சமூட்டியும் நடைபெற்ற போதும், காமராசர் வழியில் நின்ற உண்மைத் தொண்டர்கள் பழைய காங்கிரசிலேயே நிலைத்து நிற்போம் என்று வீர சபதம் மேற்கொண்டார்கள்.

மத்திய அரசைக் கலங்க வைத்த கோவை மாநாடு

இந்த நிலையில், 1975 டிசம்பர் இறுதி வாரத்தில் கோவையில் தி. மு. கழகத்தின் மாநிலப் பொது மாநாடு நான்கு நாட்கள் நடைபெற்றது. பல லட்சம் மக்கள் கூடினர் அந்த மாநாட்டில்!

-நெருக்கடி நிலையைத் திரும்பப் பெறுதல்.

- தலைவர்களையும், அரசியல் கைதிகளையும் விடுதலை செய்தல்.

-பத்திரிக்கைத் தணிக்கையை உடனடியாக நீக்குதல்.

போன்ற தீர்மானங்கள், பல லட்சம் மக்களின் முன்னிலையில் நிறைவேற்றப்பட்டன.

அப்போது தி. மு. க. பொருளாளராக விளங்கி இப்போது பொதுச் செயலாளராகப் பொறுப்பேற்றுள்ள பேராசிரியர் அன்பழகன் அவர்கள் அந்த மாநாட்டில் ஆற்றிய உரை, சனநாயகச் சுடர் விளக்கை ஒவ்வொரு தமிழனின் கரத்திலும் ஏற்றிவைத்தது என்றால் அதுமிகை யன்று.

அன்றைய பொதுச்செயலாளர் நாவலர் நெடுஞ் செழியன், இந்திராவின் சர்வாதிகாரத் திட்டங்களை ஆயிரம் ஆதாரங்களுடன் விளக்கியதோடு, இன்று காந்தி யும்-நேருவும் உயிரோடு இருந்தால் அவர்களையும் இந்திரா மிசாவில் கைது செய்து இருப்பார் என்று குறிப்பிட்டார்.

இப்படிப்பட்ட சர்வாதிகாரக் கொடுமையை ஆதரிக்கிற அ.தி.மு.க. தலைவரையும் அவர் கடுமையாகச் சாடினார்.

1976-ஆம் ஆண்டு இந்தியாவில் பொதுத் தேர்தலை நடத்த வேண்டுமென்றும், நாடாளுமன்றத் தேர்தலையும், சட்டமன்றத் தேர்தலையும் இணைத்தே நடத்த வேண்டுமென்றும், தமிழகத்தில் குடியரசுத் தலைவர் ஆட்சியைக் கொண்டுவரும் உத்தேசத்தைத் தமிழகம் ஒப்புக் கொள்ளாது என்றும், அது சனநாயகத்தைத் தூக்கிலே போடுவதற்கு ஒப்பாகுமென்றும் குறிப்பிட்டு என்னுடைய தலைமை உரையை ஆற்றினேன்.

தோழமை கட்சிகளின் விசித்திரநிலை

தமிழரசுக் கழகத் தலைவர் சிலம்புச் செல்வர் ம. பொ. சி., முஸ்லிம் லீக் தலைவர் சமத் ஆகியோர் அன்றைய மாநாட்டில் பேசிய பேச்சுக்களை இன்றைக்கும் ஒலிப்பதிவுப் பெட்டியில் வைத்துக் கேட்டால் உடலெல்லாம் புல்லரிக்கும். ஈருடல் ஒருயிர் என்று இணைந்த தோழமைக் கட்சிகள் என்று கூறிக்கொண்ட அவர்கள், இன்றைக்கு இந்திராவின் சர்வாதிகாரத்தை ஆதரிப்பது மட்டுமல்ல, தி. மு. கழகத்தின் எதிர்ப்பாளர் வரிசையிலும் முன்னோடிகளாக நிற்கிறார்கள்.

அந்த மாநாட்டில் பேசிய திராவிடர் கழகத் தலைவர் அன்னை மணியம்மையார், முத்தமிழ்க்காவலர் கி. ஆ. விசுவநாதம், குன்றக்குடி அடிகளார் போன்றவர்கள் இன்னமும் தி. மு. கழகத்தின் தமிழ்ப் பணியையும் தமிழர்ப் பணியையும் பாராட்டிக் கொண்டிருக்கிறார்கள். கழகத்திற்கு ஏற்படும் துன்ப துயரங்களில் தங்களால் இயன்ற அளவு பங்கு பெறுகிறார்கள்.

கோவை மாநில மாநாடு, டெல்லியில் இந்திரா வட்டாரத்துக்கு எரிச்சலைப் பல்லாயிரம் மடங்கு அதிகமாக்கியது.

அந்த மாநாட்டில், இந்திரா அரசு தமிழக அரசுக்கு எழுத்து மூலமாக அல்லாமல் பொறுப்பான ஒருவர் மூலம் தமிழ்நாட்டின் முக்கிய அரசியல் தலைவர் ஒருவரை தி. மு. க. அரசு கைது செய்யுமா? என்று கேட்ட விபரம் மறைமுகமாக வெளியிடப்பட்டதாலும், ஏற்கனவே ஜூலையில் சென்னைக் கடற்கரைக் கூட்டத்தில் நான் தெரிவித்த கருத்தை யொட்டியதாக அந்தத் தகவல் இருந்ததாலும், இந்திரா எரிமலையாக மாறினார் தி.மு.க. வைப் பொறுத்து!

கழக அரசின் தமிழ்ப்பணிகளில் ஒன்றான-ஒப்பற்ற வள்ளுவர் கோட்டத்தின் பணிகள் முடிவடையும் தறுவாயிலிருந்தன.

சனவரித் திங்களில் பெரும் பகுதி, என் வேலை வள்ளுவர் கோட்டத்தைக் கட்டி முடிப்பதிலும், காமராசர் நினைவகத்தைக் கட்டி முடிப்பதிலும் திருப்பிவிடப்பட்டது என்றே கூறலாம்.

பிப்ரவரித் திங்கள் முதல் வாரத்தில் காமராசர் நினைவகம் பொதுமக்கள் பார்வைக்குத் தயாராகிவிடும் என்று அறிவிக்கப்பட்டது.

வள்ளுவர் கோட்டத் திறப்பு விழாவை மிகச் சீரிய முறையில் நடாத்துவதற்காக பிப்ரவரி 15 என்று நாள் குறிக்கப்பெற்றது.

இதற்கிடையே ஜனவரி 29, 30, 31 நாட்களில் கிண்டி காந்தி மண்டபத்தில் கவர்னர் முன்னின்று நடத்தும் காந்தி ஜெயந்தி நடைபெற்றது.

காலத்தின் கோலம்!

சனவரி 30 மாலை, நான் காந்தியடிகள் விழாவில் கலந்துகொண்டு பேசினேன், கவர்னர் முன்னிலையில்!

'காந்தியடிகள், அடிமைத் தளையிலிருந்து இந்திய மக்களை விடுவித்தார். ஆனால் இப்போது காந்தியடிகளின் கருத்துக்களை ஏடுகளில் வெளியிடவே தடை! எனவே நாம்

காந்தியடிகளை இந்தத் தடையிலிருந்து விடுவிக்க வேண்டி யவர்களாக இருக்கிறோம்.' -என்று கருத்துத் தெரிவித்தேன். மேடையில் வீற்றிருந்த முன்னாள் அமைச்சர் ஆர். வெங்கட்டராமன் நான் பேசி முடித்ததும் நான் கூறிய இந்தக் கருத்தினை சுட்டிக் காட்டிப் பாராட்டினார். அவர் நெருக்கடி நிலையை எதிர்த்து "சுயராஜ்யா" ஏட்டில் எழுதியவர்.

விழா முடிந்ததும், அருகே வேலை நடைபெறும் காமராசர் நினைவகம் சென்று முன்பகுதியில் பொருத்தப்படும் "சர்க்கா" (இராட்டை) எந்த அமைப்பில் வைக்கப்பட வேண்டுமென்பதை, அமைச்சர் ப. உ. சண்முகத்திடம் விவாதித்து விட்டு வீடு திரும்பினேன்.

தமிழகத்தின் பல பகுதிகளில் இராணுவம் இரகசியமாகக் கொண்டு வந்து ஆங்காங்கு குவிக்கப்படுவதாகச் செய்திகள் வந்தன. போலீஸ் ஐ. ஜி. யை அழைத்து அது பற்றிக் கேட்டேன். தங்களுக்குத் தகவல் இல்லை என்று கூறினார். ஒருவேளை திராவிடர் கழகத்தைத் தடை செய்வதற்கான முன்னேற்பாடாக இருக்குமென்றனர் அதிகாரிகள்.

கடைசி நேரத்திலும் கவர்னரின் பாராட்டுரை!

மறுநாள் சனவரி 31. காலையில் கிண்டி காந்தி மண்டபத்தில் நடைபெற்ற நிகழ்ச்சியில் கவர்னர் கே. கே. ஷா. "தி. மு. க. அரசு காந்திய வழியில் நடைபோடுகிறது. என்று பாராட்டினார்.

அன்று மாலை 'டான் பாஸ்கோ' பள்ளியின் விழாவில் நான் கலந்து கொண்டேன். என் மனத்தில் ஏற்பட்டிருந்த ஐயப்பாட்டின் காரணமாக, அந்த விழாவில் நான் பேசத் தொடங்கியபோது, 'இது முதல்வர் என்ற முறையில் நான் கொள்ளும் கடைசி விழாவாக இருக்கக் கூடும்' என்று குறிப்பிட்டேன். கூடியிருந்தோர் வியப்புற்றனர். விழாமுடிந்து வீட்டுக்குத் திரும்பினேன். ஆட்சி கலைக்கப்பட்டு விட்டது, என்ற செய்தியை- செய்தி நிறுவனம் அறிவித்தது. நான் வீட்டுப் படிக்கட்டு ஏறியபோது இந்தச் செய்தியை சிரித்துக்

கொண்டே என் வீட்டார் கூறினார்கள். 'அப்படியா?' என்று மகிழ்ச்சியுடன் மாடிக்குச் சென்றேன். தொலைபேசி மூலம் மற்ற அமைச்சர்களைத் தொடர்பு கொள்ள முயன்றேன். தொலைபேசித் தொடர்புகள் அனைத்தும் துண்டிக்கப்பட்டு விட்டன. மாடியிலிருந்து கீழே இறங்கினேன். வீட்டுக் காவலுக்கு இருந்த போலீசார் என்னிடம் விடைப்பெற்றுக் கொண்டு புறப்பட்டார்கள். நான் பயன்படுத்தி வந்த அரசாங்கக் காரை உடனடியாகத் தலைமைச் செயலகத்துக்குத் திருப்பி அனுப்பி வைத்தேன்.

வீட்டில் கழகத் தலைவர்களும், முன்னணியினரும் பொது மக்களுமாகப் பெருங்கூட்டம் கூடிவிட்டது. கண்ணீர் விட்டனர் கதறினர்! கனல் கக்கினர்!

அண்ணா வழியில் அமைதி காக்க வேண்டும் என்பது தான் அன்றைக்கு நான் விடுத்த வேண்டுகோள்.

சில மணி நேரத்திற்கெல்லாம் வீட்டுக்குப் போலீசார் வந்தனர். 'என்ன கைது செய்ய வந்துள்ளீர்களா? வரட்டுமா?' என்று கேட்டேன்,

உங்கள் மகன் 'ஸ்டாலினை' மிஸாவில் கைது செய்ய வந்துள்ளோம்' என்றனர்.

'அவன் வெளியூர் நிகழ்ச்சிக்குப் போயிருக்கிறான். நாளைக்குத் தான் வருவான்!' என்றேன்.

போலீசார் வீடு முழுவதையும் சோதனையிட்டனர்.

'நான்கூறுவதை நம்புங்கள். நாளைக்கு அவன் வந்ததும் நானே உங்களுக்குத் தகவல் கொடுக்கிறேன்.' -என்று உறுதி அளித்தேன்.

அவ்வாறே ஸ்டாலின் மறுநாள் வந்ததும்- போலீசாருக்குத் தகவல் கொடுத்து அவர்கள் வந்ததும் அவர்களிடம் ஒப்படைத்தேன். மறுநாள் முரசொலி மாறனைத்

தேடிக்கொண்டு வந்தார்கள். அவர் டெல்லியிலிருந்து வந்து கொண்டிருக்கிறார், வந்ததும் தகவல் கொடுப்பதாகச் சொன்னேன். அவ்வாறே அடுத்த நாள் போலீசாருக்கு செய்தி அனுப்பி, அவர்கள் உடனடியாக மாறனையும் கைது செய்து அழைத்துப் போனார்கள்.

மிசாவில் கைதான கழகத் தோழர்கள்

இதற்கிடையே தலைமைக் கழகத்தில் செயலாளர்களான சிட்டிபாபு, வீராசாமி, நீலநாரயணன் செ.கந்தப்பன் ஆகியோர் மிசாக் கைதிகளாகத் தமிழகமெங்கணும் சிறைகளில் அடைக்கப்பட்டனர்.

மிசாவின் கீழ் கைதானோர் முழுப்பட்டியல் வருமாறு:

சென்னை மாவட்டம்

நீல நாராயணன், நா. வீராசாமி, ஏ. வி. பி. ஆசைத் தம்பி, முரசொலி மாறன், மு. க. ஸ்டாலின், டி.கே. கபாலி, ஆர். டி. சீத்தாபதி, அ. செல்வராசன், கு. இராம லிங்கம், அ. அ. ஜின்னா, வள்ளுவன், எஸ். ஏ. எம். உசேன், புலவர் பொன்னிவளவன், வழக்கறிஞர் ஆர். கணேசன், து. கணபதி, கோடம்பாக்கம் சவுந்தரராஜன், கே. சுப்பு, என். வி. என். செல்வம், பழக்கடை ஜெயராமன், இராய புரம் கபடா ராசு, சா. கணேசன், சோ. ம. இராமச்சந்தி ரன், டி. ஆர். பாலு, மு. கன்னியப்பன், காட்டூர் கோபால், துறைமுகம் கிருஷ்ணன், மயிலை சம்பந்தம், ஆர். ஆறுமுகம், மைனர் மோசஸ், மாணவர் தமிழ்மணி.

செங்கற்பட்டு மாவட்டம்

சி. ஆறுமுகம், மா. வெ. நாராயணசாமி, வீரராகவன், மாதவரம் வேதாச்சலம், எருக்கஞ்சேரி மதி வாணன், கும்மிடிப்பூண்டி வேணு, கோபாலகிருஷ்ணன், வேலு ஊத்துக்கோட்டை ஸ்ரீராமுலு, ஊத்துக்கோட்டை ஏ. டி. ஆறுமுகம், ஆலந்தூர் ஆப்ரகாம், பரங்கிமலை டில்லி பாபு, பல்லாவரம் பாலகிருஷ்ணன். பம்மல் நல்லதம்பி, காட்டாங்குளத்தூர்

இராமு, காட்டாங்குளத்தூர் கண்ண பிரான், ஒழலூர் கன்னியப்பன், செங்கற்பட்டு பசுபதி, செங்கற்பட்டு அன்சர், செங்கற்பட்டு செ. கோ. விஸ்வ நாதன், திருக்கழுக்குன்றம் வகாப், திருக்கழுக்குன்றம் சபாபதி, செங்குன்றம் ஏழுமலை, மதுராந்தகம் சுந்திர மூர்த்தி, மதுராந்தகம் பிரேம்ராஜ், மதுராந்தகம்குலசேரன்' காஞ்சி வெங்கடேசன், காஞ்சி கே. டி. எஸ். மணி, காஞ்சி ஏ. சுப்ரமணியம். காஞ்சி இராஜ மாணிக்கம். காஞ்சி டி, சீனிவாசன், மீஞ்சூர் கேசவன், பொன்னேரி நாகலிங் கம், வி. பி. அகிலன், விருகம்பாக்கம் லோகநாதன், போரூர் பி.கே. ராஜ்கோபால், பூவை டி. ராஜரத்தினம், அம்பத்தூர் ரவைக்கண்ணன், அம்பத்தூர் குப்புசாமி, குன்றத்தூர் பாலகிருஷ்ணன், குன்றத்தூர் தி.சு. லட்சுமணன், உத்திரமேரூர் எம். ராஜகோபால், செங்கை கே. ஆர். சந்திரன், பல்லாவரம் இருதயராஜ், பட்டாபிராம் கா. மு. பாபு, மதுராந்தகம் சஞ்சீவி.

வ.ஆ மாவட்டம்

வி. எம். தேவராஜ், வேலூர் வி. டி. தேவராசன். வி.எம்.தேவராஜ் வேலூர் மு.நடராஜன், ஆரணி செல்வராசு, திருப்பத்தூர் ஏ.டி.மணி, திருவத்திபுரம் பாண்டியன், குடியேற்றம் ஏ. கே துரைசாமி, செங்கம் சி. பாண்டுரங்கம், துரை முருகன், எம். பி. வடிவேலு, களம்பூர் அண்ணாமலை, ஏ.சி. நரசிம்மன். எம். செல்வராஜ், பொன். சொக்கலிங்கம், சி. இராம கிருஷ்ணன், சி. குப்புசாமி, ஏ. மணி, தட்சிணாமூர்த்தி, ஆர். எஸ். மணி, ஏ.வி. தண்டபாணி, ஏ. பாட்சா, வி. எஸ். மணி, வி. கிருஷ்ணமூர்த்தி, வி. மாயவன், இராசகோபால். சி. பாண்டுரங்கன்.

தஞ்சை மாவட்டம்

வி. துரை, A. வேங்கை மார்பன், செம்பனார்கோவில் மதிவாணன், மாயூரம் செங்குட்டு வன், சிக்கல் கணபதி, ஏனாதி ஏ. பி. இராசன், திருவாரூர் இராசன், நன்னிலம் நடராசன், குடந்தை ஆர். துரை, திருவாரூர் முருகுபாண்டியன்,

பட்டுக்கோட்டை அப்துல் சமது, மாயூரம் பாக்கியராசு, தஞ்சாவூர் எல். கணேசன், தஞ்சாவூர்அறிவழகன், பழையகூடலூார் இராசமாணிக்கம், திருவாரூர் கு. தென்னன், மாயூரம் என். கிட்டப்பா, பொறையாறு சம்பந்தம், தஞ்சை இளங்கோவன், புலிவலம் ஜான், தாழை மு. கருணாநிதி, குடந்தை பத்ம னாபன், தஞ்சை எஸ். நடராசன், வெங்கிடங்கால் ஏ. சந்தானம், நாகை எஸ். பி. தங்கையன், வரதகோபால கிருஷ்ணன், தஞ்சை டி. கே. கோவிந்தன், எம். மீனாட்சி சுந்தரம், சீர்காழி கோ. சி. மணி, சீர்காழி குமாரசாமி தஞ்சை கன்னையன், தஞ்சை கோபாலகிருஷ்ணன், மதுக்கூர் ஏ.வி. சுப்ரமணியம், பூம்புகார் மனோகரன், தென்னவமணி, பேராவூரணி கிருஷ்ணமூர்த்தி, இலக்குமணன்குடி தட்சணாமூர்த்தி, சித்தமல்லி ந. சோம சுந்தரம், மன்னை பாலகிருஷ்ணன் .

திருச்சி, புதுக்கோட்டை மாவட்டங்கள்

கரூர் எஸ். பி. இராசகோபால், பரமத்தி சண்முகம், செட்டிக்குளம் அல்லாபிச்சை, திருச்சி குஞ்சிதபாதம், திருச்சி கரிகாலன், திருச்சி பி. சுப்ரமணியன், ஏ. கேபால கிருஷ்ணன், இரா. வெற்றிகொண்டான், துவரங்குறிச்சி செங்குட்டுவன், பெரம்பலூர் ஜே. எஸ். இராசு, திருச்சி இருதயராஜ், திருச்சி எஸ். ஏ. ஜி. இராபி, உறையூர் செவந்திலிங்கம், திருச்சி மலர்மன்னன், இடையாற்று மங்கலம் சிவ. சண்முகம், புதுக்கோட்டை அப்துல்மஜீத், சுப்பிரமணியபுரம் இராமையா, சுப்பிரமணியபுரம் இரா. ராசன், காடுவெட்டி தியாகராசன், அ. பெரியண்ணன், திருச்சி டி. என். கோபாலகிருஷ்ணன், எம். எஸ். வெங்கடாசலம், நாகசுந்தரம், ஜி. பராங்குசம், ஆர். கே. சின்னதுரை, குளித்தலை முத்துகிருஷ்ணன், ஜெயம்-கொண்டம் ஏ. கே. மூர்த்தி, என். சுப்பிரமணியம், வி. கிருஷ்ணமூர்த்தி, சாக்ரடீஸ் ஏ. எம். சம்பந்தம், ஆவுடை-யார்கோவில் துரை மாணிக்கம், எஸ். இராமநாதன், சரவணமுத்து.

சேலம் மாவட்டம்

செ. கந்தப்பன், சேலம் அன்புக்கரசு, சேந்தமங்கலம் பெரியசாமி, சேலம் மாரியப்பன், ஆத்தூர் மா. முத்து, வீரபாண்டி எஸ். ஆறுமுகம், மாயவன், ஏ. ஆறுமுக சாமி, என்.நடேசன், இரத்தினம், மு. பழனிவேலன் வக்கீல் அப்புசாமி, கு.சி. வெங்கிடாசலம், கே.பி. கணேசன், ஏ.பி. அப்புசாமி, ஆர். பெருமாள், எஸ். குப்புசாமி, என். நல்லப்பன், மின்னாம்பள்ளி நடேசன்.

தருமபுரி

எம். கமலநாதன், ஆர். சின்னசாமி.

கோவை, நீலகிரி மாவட்டங்கள்

மு. கண்ணப்பன், கோவை கிருஷ்ணன், கோவை மணியன், எஸ். ஏ. இராசமாணிக்கம், வெள்ளக்கோவில் பெரியசாமி, கோவை மு. இராமநாதன், கோவை மாவட்ட செயலாளர் பி. ஏ. சாமிநாதன், உதகை நாகராசன், நீலகிரி மாவட்ட செயலாளர் இராசு, ஈரோடு சுப்பிரமணியம், வெள்ளக்கோவில் பழனி சாமி, திருப்பூர் முருகேசன், இரா. மோகன், கொடுமுடி கிருஷ்ணன், இரா. மாணிக்க வாசகம், கோவை பி. எஸ். ஜானகிராம், சிவன்மலை முத்து, பொள்ளாச்சி இராமசாமி, பொள்ளாச்சி விஜயராகவன், மேட்டுப்பாளையம் தூய மணி, குட்டப்பாளையம் சாமிநாதன், நீலகிரி என். மாணிக்கம், முருகன் மில்ஸ் இராமலிங்கம், குன்னூர் தங்கம், நீலகிரி குந்தா நஞ்சா கவுடர், உதகை கருப்பு சாமி, கூடலூர் பகவத்சிங்.

மதுரை மாவட்டம்

மதுரை வி. எஸ். லட்சுமணன், எம். ஆர். சங்கரன், மாரியப்பன், துரை எழில்விழியன், பழனி கிருஷ்ண மூர்த்தி, திண்டுக்கல் கே. ஜி. அந்தோணி, மதுரை இராமச் சந்திரன், பொன். முத்து ராமலிங்கம், பழக்கடைபாண்டி, அக்கினிராஜ், சி. காவேரிமணியம்.

இராமநாதபுரம் மாவட்டம்

எஸ். எஸ். தென்னரசு, திருவில்லிபுத்தூர் அமுதன், அருப்புக்கோட்டை கந்தசாமி, நயினார்கோவில் மணி, மானாமதுரை சாகுல் அமீது, சாத்தூர் வரதராசன், திருவாடானை பெருமாள், சிவகங்கை நாராயணன், சிவகங்கை சேதுராமன், தேவகோட்டை காசிம், கட்டிக் குளம் முல்லைகிருஷ்ணன், புழுதிப்பட்டி இராசாங்கம், விருது நகர் பாண்டியன், பரமக்குடி அரவரசன், மண்டபம் அப்துல்காதர், காரைக்குடி குறள்பித்தன், இராமநாதபுரம் சேக் சுல்தான், சிவகங்கை திருஞானம், அபிராமம் நடராசன், சாத்தூர் பாலகிருஷ்ணன், திருச்சுழி பால்சாமி, இராசபாளையம் ஆதி நாராயணன், திருமதி. சக்தி கோதண்டம், ராமேஸ்வரம் மாரிமுத்து, முறையூர் இராம நாதன், திருப்புவனம் சோணையா, உப்பூர் முத்துமன்னன், வத்திராயிருப்பு கொக்கு, அருப்புக்கோட்டை பால்சாமி. முதுகுளத்தூர் நடராசன், பெரி. அழகு, புதுவீடு இராமச் சந்திரன், அகமது தம்பி, அகமது, சித. சிதம்பரம்.

நெல்லை மாவட்டம்

நெல்லை புகாரி, தூத்துக்குடி செ. இரத்தினசாமி, நெல்லை இசக்கி, தூத்துக்குடி ராக்கட் ரத்தினசாமி, தூத்துக்குடி கேப்டன் நடராசன், கீழப்பாவூர் அரு. இராமநாதன், தூத்துக்குடி அய்யாசாமி, நெல்லை டி. தம்பித்துரை, நெல்லை மஸ்தான், தூத்துக்குடி இரா. கிருஷ்ணன், தூத்துக்குடி எஸ். சித்திரைவேல், பாளையங் கோட்டை உசேன், நெல்லை நெடுமாறன், டி.அய்யா துரை, திருநாவுக்கரசு, வை. கோபாலசாமி, சூரியநாராய ணன், இ. நம்பி, சங்கரன்கோவில் பழனிச்சாமி, தென் காசி திரவியம், வழக்கறிஞர் சண்முகம்.

குமரி மாவட்டம்

நாகர்கோவில் இராசப்பா, தக்கலை டி. ஆர். சுந்தரம், குமரி பெர்னார்டு, மைக்கேல்ராஜ், அ. திரவியம், சி. ரசல் ராஜ், மு. சூரியநாராயணன், டாக்டர் ஆல்பன். கேசரி செல்வராஜ்.

மற்றும் ஆர். சுப்பிரமணியம், சாத்தையா, டி. கே. இராஜகோபால், கண்ணப்பன், ஏ. சண்முகம், பி. கண்ணன், எஸ். கிருஷ்ணன், குட்டை இரத்தினம், கே. எஸ் அற்புதம், டி. கன்னையன், கிருஷ்ணமூர்த்தி, சோம சுந்தரம், ஏ.வி.சுப்பிரமணியம், எஸ். வெங்கடாசலம், வெங்கடசாமி, பி. நாகராசன், பம்பாய் நாராயணன். ஆகியோர்.

சென்னைச் சிறையில் மிசாக் கைதிகளாக இருந்தவர்களை-ஆம், அரசியல்வாதிகளை--பெரும்பாலும் தி. மு. க. தி. க. மார்ச்ஸிஸ்ட் பழைய காங்கிரஸ்காரர்களை அடித்து வதைத்துக் குற்றுயிரும் குலையுருமாக்கினர்.

தி. மு. கழகத்தினரைத் தங்கள் இஷ்டம்போல் இந்திரா அரசினர் வஞ்சம் தீர்த்துக் கொண்டனர், சென்னைச் சிறைச்சாலையில்!

ஆட்சி கலைக்கப்பட்ட மறுநாள் இருபத்து ஐயாயிரம் தி.மு.க. கழகத்தொண்டர்கள் சிறை வைக்கப்பட்டனர்.

ஆட்சியைக் கலைத்த பிறகு ஆளுநரிடம் கையெழுத்து

ஜனவரி 31-காலையில் கழக அரசைப் பாராட்டிக் காந்தீய வழி அரசு என்று கூறிய கவர்னர் ஷா பிப்ரவரி 1-ஆம் தேதி காலையில் தி. மு. க. அரசின் நிர்வாக ஊழல், சட்டம் ஒழுங்கு, இல்லை என்பது போன்ற குற்றச்சாட்டுகளை அடுக்கினார்.

அவருக்கே தெரியாது, ஆட்சி கலைக்கிற விவகாரம்! டில்லியில் உள்துறை அமைச்சரகத்திலேயே கழக அரசைப் பற்றிய புகார் அறிக்கையைத் தயார் செய்து கவர்னரிடம் ஆட்சியைக் கலைத்த பிறகு கையெழுத்துப் பெற்றார்கள் என்ற உண்மையும் பிறகு வெளிவந்தது.

1972-ஆம் ஆண்டு தி. மு. க. அரசின் மீது திரு. எம். ஜி. இராமச்சந்திரன், முதலியவர்களால் கொடுக்கப்பட்டு,

பூர்வாங்க ஆதாரம் எதுவுமில்லாததால் கிடப்பில் போடப்பட்டிருந்த புகார் மனுவை நான்கு ஆண்டுகளுக்குப் பிறகு தேடிப்பிடித்து. தி.மு.க. முன்னாள் அமைச்சர்கள் மீது விசாரணைக் கமிஷன் அமைக்கப்பட்டது. ஆரம்பத்தில் தி. மு.க. அந்தக் கமிஷனை வரவேற்றது என்றாலும் கூடப் போகப் போக அந்தக் கமிஷன் நடைபெற்ற முறைகள் தி. மு. க. சார்பில் வாதாடிய சாந்திபூஷண் போன்ற வழக்கறிஞர் களுக்கே நம்பிக்கையூட்டுவதாக இல்லை; மிசாவைக் காட்டி சாட்சிகளைத் தயாரித்தார்கள் புகார்மனு கொடுத்தவர் களையும் வாக்குமூலம் கொடுத்துள்ள எல்லா சாட்சிகளையும் விசாரிக்க வேண்டும் என்றும், தி. மு. க. தரப்பில் உள்ள வழக்கறிஞர்கள், அந்த சாட்சிகளையும் குறுக்கு விசாரணை செய்ய வேண்டுமென்றும் சர்க்காரியா அவர்களிடம் விடுத்த முறையீடு ஏற்றுக் கொள்ளப்படவில்லை. ஒருசில சாட்சிகளை மட்டுமே விசாரிக்க முடியும் என்று சர்க்காரியாகூறிவிட்டார். அதை எதிர்த்தும், *CBI.* அதிகாரிகளையும், காவல் துறை அதிகாரிகளையும் விட்டு சாட்சிகளை உருவாக்குவதைக் கண்டித்தும், அந்த விசாரணையில் கலந்து கொள்வதில்லையென்று தி. மு. க. முடிவெடுத்தது.

இன்றைய மத்திய அரசின் சட்ட அமைச்சராக இருக்கிற திரு. சாந்திபூஷண் தான் சர்க்காரியா கமிஷன் முன்னால், "இந்த விசாரணை அரசியல் வஞ்சகம் தீர்க்கச் செய்யப்பட்ட ஏற்பாடு" என்று தி. மு. க. சார்பில் எடுத்துச் சொல்லி வெளியேறினார்.

தணிக்கை அதிகாரிகளின் தர்பார்

சர்க்காரியா விசாரணையில் ஏன் கலந்து கொள்ளவில்லை என்ற காரணங்களைக் கூட ஏடுகளில் வெளியிடக் கூடாதென்று 'சென்சார்' அதிகாரிகள் தடுத்து விட்டார்கள். சர்க்காரியா கமிஷனுக்கு தி. மு. க. முன்னாள் அமைச்சர்கள் அளித்த பதில் வாக்குமூலங்களைப் பத்திரிகைகளில் வெளியிடக்கூடாது என்று தணிக்கை அதிகாரிகள் தடுத்து

விட்டனர். அதே நேரத்தில் தி. மு. க. முன்னாள் அமைச்சர்களுக்கு எதிராக சர்க்காரியா கமிஷனுக்குத் தரப்பட்ட வாக்கு மூலங்கள் ஏடுகளில் பக்கம் பக்கமாக வெளியிடு மாறு மத்திய செய்தித்துறை அமைச்சர் சுக்லா அவர்களால் வற்புறுத்தப்பட்டு அவ்வாறே வெளியாயின. வானொலி, டெலிவிஷன் இரண்டும் தி. மு. க.வை மாசு படுத்துவதையே தங்கள் நிலைய நிகழ்ச்சிகளாக ஆக்கிக் கொண்டன. ஏற்கனவே சென்னை திருச்சியிலுள்ள வானொலி நிலையங்கள் தி. மு. க. என்றால் தீ மிதித்தது போல் குதிக்கும் சில மனிதர்களின் ஆதிக்கத்தில் இருந்த காரணத்தால் சுக்லாவின் ஆணை அவர் சொன்னதற்கு மேலாகவே அமோகமாக நிறைவேற்றப்பட்டது,

இத்தகைய நோக்கும் போக்கும் கொண்ட வானொலி டெலிவிஷன், பத்திரிகை நிறுவனங்கள் இந்திராவை 'பராசக்தி' என்று போற்றவும், தி. மு. கவை "பாபிகள் கூடாரம்' என்று தூற்றவும் மிக நன்றாகப் பயன்படுத்தப்பட்டன.

தி.மு.க. அரசைக் கவிழ்த்ததோடு இந்திராவும் இந்திராவின் பரிவாரங்களும் அமைதியடையவில்லை! இருபத்து ஐயாயிரம் பேரை சிறையில் போட்டதோடு ஆறுதல் கொள்ளவில்லை. ஐநூறு பேரை மிசாக் கைதிகளாக அடைத்ததோடு திருப்தி கொள்ளவில்லை. தியாக மறவன் சிட்டிபாபுவை சாவூருக்கு வழி அனுப்பி வைக்கிற அளவுக்கு வயிற்றில் மிதித்து நோயில் படுக்க வைத்தார்களே; அத்துடன் அவர்களின் பழிவாங்கும் உணர்ச்சி முடியவில்லை. சாத்தூர் பாலகிருஷ்ணன் மதுரைச் சிறையில் மாண்டாரே; அத்துடன் வெறி தணியவில்லை.

நால்வகைப் படைகள்!

தி.மு.க. தலைமையை அகற்ற வேண்டும். அதன் மூலம் கழகத்தைச் சின்னாபின்னமாக்க வேண்டுமென்றும் டெல்லியில் திட்டம் தீட்டினர். அந்தத் திட்டத்தை

அமல்படுத்த தமிழ்நாடு நோக்கி நால்வகைப் படையும் புறப்பட்டது.

தேர்ப்படை! அதில் கரன்சி நோட்டுக்களை ஏற்றிக் கொண்டு "கபூர்கள்" வந்தார்கள். அந்தப் படையெடுப்பில் தி. மு. க.வின் முன்னணி வீரர்களாக இருந்த சிலர் வீழ்ந்தார்கள்.

யானைப்படை! அதில் 'மிசா' எனும் சுழல் துப்பாக்கி பிடித்த முரட்டு அதிகாரிகள் அமர்ந்து கொண்டு முதலில் மிரட்டல் வெடிகளைக் கிளப்பினார்கள்! மிரளாதோர் சிறைக்குள் வாடினர். மிரண்டவர்கள் கழகத் தலைமைக்கு விரோதமாக நீட்டிய தாளில் கையெழுத்துப் போட்டுக் கொடுத்துவிட்டு, பகைவர்கள் புக்கம் சேர்ந்து கொண்டனர்.

குதிரைப்படை! அதில் வந்தோர் "பார்! பார்! உன் மீது எத்தகைய வழக்குகள் தயாராக இருக்கின்றன. நீ அமைச்சராக இருந்தபோது, அல்லது முக்கிய பொறுப்புக்களில் இருந்தபோது நடைபெற்ற ஊழல்கள்! ஒழுங்காகக் குனிந்து கொடுத்தால் தப்பிவிடலாம்! இல்லையேல் குதிரையின் காலடிகள் தலையிலும் அழுந்தும்!" என எச்சரித்துக் கழகத் எதிராகச் சில பிரமுகர்களை உசுப்பிவிட்ட அதிகாரிகள்!

நெஞ்சிலும் தலைமைக்கு சி.பி.ஐ.

காலாட்படை! வருமானவரி அதிகாரிகள் உருவத்தில் காவலர்களின் துணையோடு கழகத்தவர் வீடுகளில் திடீர் திடீர் என்று சோதனை! சோதனை பற்றி ஏடுகளில் பொய்ச் சேதிகள்! இதனால் பயமுறுத்தப்பட்ட சில அதிகாரிகள், தொழிலதிபர்கள், கழகத்தைச் சேர்ந்தோர், தங்களைக் காப்பாற்றிக் கொள்ளக் கழகத் தலைமைக்கு எதிராகத் திரும்ப வேண்டி நேரிட்டது.

கழகத்திற்குள் ஐந்தாம் படை

இந்த நான்கு வகைப்படைகள் மட்டுமின்றி, கழகத்திற்குள்ளே மேல் மட்டத்திலும் அடிமட்டத்திலும் விரல் விட்டு

எண்ணக்கூடிய அளவுக்கு ஒரு படை இயங்கிக் கொண்டிருந்திருக்க்கிறது!

அது சற்றுத் தாமதமாகத்தான் தெரிய வந்தது. அதுதான் நால்வகைப்படைக்கு அடுத்த ஐந்தாம் படை! இத்தனை படையெடுப்புகளையும் கழகத் தலைமையும் கழகமும் சமாளித்து.

கிளைகள் எல்லாம் வெட்டப்பட்டு விட்டால் கூட வேரும் அடிமரமும் உயிரோடு இருந்தால்-உறுதியாக இருந்தால், மீண்டும் தழைத்த கிளைகளுடன் கூடிய தருவையும், தருநிழலையும், நிழல் கனிந்திடும் சுகத்தையும் பெறலாமன்றோ?

அதுபோன்ற, கழகச் செயல் வீரர்களின் அடித்தள அமைப்புக்களாம் அழூத்தமான வேர்கள் பூமிக்குள் பிடிப்பாக ஓடியிருந்தன. கழகத் தலைமையும் உறுதியான அடிமரம் போல் பெருங்காற்றுக்கும் அசைந்து கொடுக்காமல் நின்றது.

கிளைகள் சில! இலைகள் சில! ஒடிந்தன! உதிர்ந்தன!

இந்திராவினால் கழக அரசைத்தான் தீர்த்துக்கட்ட முடிந்தது. கழகத்தை அழிக்கும் முயற்சியில் ஒரு அங்குலம் கூட முன்னேற முடியவில்லை.

சரி; கழகத் தலைமையை அழிக்க இயலவில்லை- கழகம் உருவாக்கியுள்ள தமிழ்த் தேசீய உணர்வை நசுக்கி பொசுக்கி விடலாமென்று திட்டமிட்டார். அதற்கேற்பச் செயல்படக்கூடிய இரண்டு அதிகாரிகளை ஆளுநரின் ஆலோசகர்களாக டெல்லியிலிருந்து தமிழ்நாட்டுக்கு அனுப்பி வைத்தார்.

காமராசர் எரியூட்டப் பெற்ற இடம் கழக அரசினால் நினைவு மண்டபமாக எழுப்பப்பட்டிருந்தது அல்லவா, அந்த நினைவு மண்டபத்திற்கு ஒரு திறப்பு விழா ஏற்பாடு செய்தார்கள்! அநியாயம்! சடலம் கொளுத்தப்பட்ட இடத்தைத் திறந்து

வைக்க ஒரு வைபவம்! அந்தத் திறப்பு விழாவுக்கு இந்திராகாந்தியே வந்தார்.

அந்த மண்டபத்தை அவர் திறந்து வைத்ததற்கான கல்லும் நாட்டப்பட்டது.

'சர்க்கா' வுக்கு வந்த ஆபத்து

ஆனால் ஒன்று; திறப்பு விழாவுக்கு முதல்நாள் வரையில் அந்த நினைவகத்தின் மீது கம்பீரமாக காட்சி தந்த "சர்க்கா" திடீரென அகற்றப்பட்டு விட்டது.

சர்க்கா, பழைய காங்கிரஸ் கட்சியின் தேர்தல் சின்னமென எண்ணிக் கொண்டார்கள் போலும்! அதுகூடத் தவறு! சர்க்கா சுற்றும் பெண்ணுடன் கூடியது தான் தேர்தல் சின்னம்.

காங்கிரஸ் கட்சியின் கொடியில் சர்க்கா இருக்கலாமாம்! காமராசர் நினைவகத்தின் மீது இருக்கக் கூடாதாம்!

காமராசர் நினைவகம் கட்டி முடிக்கப்பட்டது கழக அரசால்! அங்கே பெயர் பொறித்துக் கொண்டது இந்திரா காந்தி-

அத்துடன் நின்றதா? வையம் புகழத்தக்க அளவுக்கு அமைக்கப்பட்ட வள்ளுவர் கோட்டத்தின் திறப்பு விழாவையும் கவர்னர் ஷாவின் தலைமையில் குடியரசுத் தலைவர் பக்ருதீன்அலி அகமதுதான் நடத்தி வைத்தார். அந்தக் கோட்டம் கட்டுவதற்காக அடிக்கல் நாட்டப் பட்டிருந்தது அல்லவா? அதில் என் பெயரும், நாவலர், பேராசிரியர், ஆகியோர் பெயரும் இருந்தன-திறப்பு விழாவுக்கு முன்பு அந்த அடிக்கல்லைப் பெயர்த்து எங்கேயோ எறிந்து விட்டார்கள்.

ஒரு ஊராட்சி ஒன்றியக் கட்டிடத் திறப்பு விழாவை விடச் சாதரணமாக வள்ளுவர் கோட்டத் திறப்பு விழாவை நடத்தினார்கள்.

அரசு அலுவலகங்களில் இருந்த வள்ளுவர் படங்கள், முன்னாள் முதல்வர் அறிஞர் அண்ணாவின் படங்கள் அகற்றப்பட்டன.

பாடப்புத்தகங்களில் நாட்டுத் தலைவர்களைப் பற்றிய கட்டுரைகளில் பெரியார் பற்றி இருந்த கட்டுரைகள் அகற்றப்பட்டன.

பாட புத்தகங்களை ஆராய்கிற குழு என ஒன்றை அமைத்து அந்தக் குழுவைப் பயன்படுத்தி தமிழுக்காகப் பாடுபட்ட சான்றோர்களைப்பற்றிய குறிப்புகளைக்கூட அந்தப் புத்தகங்களில் இருந்து அகற்றினார்கள்.

தமிழ் உணர்வைக் கெல்லி எறியும் முயற்சி!

தமிழ் உணர்வைக் கெல்லி எறிய எடுத்த முயற்சிகளைத் தொடர்ந்து, திராவிடர் இயக்கத்தின் தலையாய சாதனையாகக் கருதப்படும் வகுப்புவாரிப் பிரதிநிதித்துவத்தை வெளிப்படையாக எதிர்க்காமல் மறைமுகமாக அழித்தொழிக்கத் தகுதி, திறமை என்ற மாய வலைகள் பின்னப்பட்டன. தமிழக ஆட்சிக் காலத்தில் பிற்படுத்தப் பட்டோர், தாழ்த்தப்பட்டோர் கல்வித் துறையிலும் வேலை வாய்ப்புத் துறையிலும், நீதித் துறையிலும், உயர் பதவிகளிலும் பெரும்பாலான இடங்களைப் பெறமுடிந்தது. ஆளுநரின் ஆலோசகர் ஒருவர், அந்த நிலையை மாற்றிக் கம்யூனல் ஜி.ஓ. வைக் காலில் போட்டு மிதிப்பேன் என்று சத்தியம் செய்து கொண்டு செயலில் இறங்கினார்.

இதுபோன்ற திட்டமிட்ட சதிகளை எடுத்துச் சொல்லவோ, எழுதவோ, மேடைகளில் பேசவோ உரிமை உண்டா? இல்லை! கழக அரசு இருந்தபோது மத்திய அரசு நடை முறைப்படுத்திய தணிக்கை முறை; ஆட்சி கலைக்கப்பட்ட பிறகு மேலும் கடுமையாக்கப்பட்டது.

தணிக்கை கெடுபிடிகள்!

கழக ஏடான முரசொலியிலோ, கழகக் குரல்' எனும் தலைமைக்கழக வார இதழிலோ கழக சார்புடைய வேறு ஏடுகளிலோ தி. மு. கழகத்தின் மொத்த உறுப்பினர்களின் எண்ணிக்கை எவ்வளவு என்ற விபரத்தையோ, கிளைக் கழகங்களின் எண்ணிக்கையையோ கூட வெளியிடக் கூடாது.

காமராசரைப் பெருந்தலைவர் என்று குறிப்பிடக் கூடாது. அண்ணாவின் பெருமைகள், சிறப்புக்கள் பற்றியோ, அண்ணாவுக்கும் தி. மு. க. முன்னணியினர்க்கும் இருந்த தொடர்பு பற்றியோ, கழக ஏடுகளில் எழுதக் கூடாது. “கலைஞர் கடிதம்" என்ற பெயரால் முரசொலியில் நான் எழுதி வந்த கடிதங்கள் மூன்றில் இரண்டு பாகம், ஒவ்வொரு நாளும் தணிக்கை அதிகாரிகளால் வெட்டி எறியப்பட்டன. திடீரென ஒருநாள் இனிமேல் முரசொலியில் கலைஞர் கடிதம் என்ற பகுதியே வரக் கூடாதென்று தணிக்கை அதிகாரிகள் ஆணை பிறப்பித்தனர். அதாவது என் பெயரில் எழுதவே கூடாது என்பது அவர்களது உள்நோக்கம். அதன் பிறகுதான் “கரிகாலன் பதில்கள்” என்றப் பகுதியில், புனைபெயரில் கேள்விக்குப் பதில்கள் எழுதினேன். அதிலும் இருபது கேள்விகளுக்குப் பதில் எழுதியிருந்தால், ஐந்து அல்லது ஆறு கேள்விகள்தான் தணிக்கை அதிகாரியால் அனுமதிக்கப்படும். தணிக்கை அதிகாரியால் வெட்டப்பட்ட ஒரு கேள்வி பதிலைப் பற்றிய விபரம் இதோ-

கேள்வி: இன்னமும் மக்களிடையே ஒரு சாரார் பேய், பூதம், பிசாசுகள் இருப்பதாக நம்புகிறார்களே; அதைப்பற்றி என்ன சொல்கிறீர்கள்?

பதில்: பேய், பூதம், பிசாசு என்று கூறுவது கற்பனை! ஏற்றுக் கொள்வது மூட நம்பிக்கை! பேய், பிசாசுகள் இல்லை என்பது பற்றி பகுத்தறிவுச் செம்மல் மா. சிங்காரவேலர் எழுதியுள்ள நூலை வாங்கிப் படிக்கவும்.

இதை ஏன் தணிக்கை அதிகாரி அனுமதிக்க மறுக்கிறார் என்பதைத் தெரிந்து கொள்ள அவரிடமே தொலைபேசியில் நேரடியாகத் தொடர்பு கொண்டேன். அவர் சொன்ன பதில் என்ன தெரியுமா?

"நீங்கள், பேய் பிசாசு பூதம் என்று எழுதும் போது அது மறைமுகமாக இந்திரா காந்தியைக் குறிக்கிறது என்று நாங்கள் கருதுகிறோம்."

இப்படி அந்த அதிகாரி கூறிய விளக்கத்தைக்கேட்டு சிரிப்பதா அழுவதா என்றே புரியவில்லை

மறியல் செய்து கைதானேன்

"என் அன்னையை விட அதிக அன்பை அண்ணா என் மீது பொழிந்தார்." இந்த வாக்கியம் முரசொலியில் வரக்கூடாது என்று தணிக்கை தடை விதித்தது. நான் மேலதிகாரிகளுக்கு முறையிட்டேன். பயனில்லை. பிரதமர் இந்திராவுக்குத் தந்தி கொடுத்து விட்டு, தமிழ்நாட்டு "சீப் செக்ரட்டரி"க்கும் தகவல் அறிவித்து விட்டு, "சென்சார் கொடுமை"யை எதிர்த்துத் தனியொருவனாக மறியல் செய்யப் போவதாகத் தெரிவித்துவிட்டு, அண்ணா சிலைக்கு மாலை போட்டுவிட்டுப் புறப்பட்டேன். முன் கூட்டி விளம்பரமில்லாமலே நான் இந்தச் செயலில் ஈடுபட்டுங் கூட அண்ணாசாலையில் பெருங்கூட்டம் கூடியது! உடனடியாகக் கைது செய்யப் பட்டேன். இந்தச் செய்தி, நெருக்கடி நிலை ரத்தாகும் வரையில் நாட்டில் யாருக்குமே தெரியாது.

அப்படியொரு பத்திரிகைச் சுதந்திரம்(?) இருந்த காலம் அது!

கழக ஏடுகளில் குறிப்பாக முரசொலியில் ஒவ்வொரு எழுத்தும் தணிக்கை அதிகாரியால் அங்கீகரிக்கப்பட்டால் தான் வெளிவர முடியும். நீதி மன்றத்தில் முறையீடுகள் செய்து கொள்ளப்பட்டன. இப்படிப்பட்ட பிரச்சினைகளை விசாரணைக்கே எடுத்துக் கொள்ள முடியாத அளவுக்கு நீதி மன்றங்களின் சுதந்திரம் பறிக்கப்பட்டிருந்தது.

டெல்லியிலிருந்து வந்த துண்டறிக்கைகள்!

கழக ஆட்சி கலைக்கப்பட்ட அடுத்த நாளே, டெல்லி அச்சகத்தின் பெயர் பொறித்த நாலு பக்கமுள்ள துண்டு, வெளியீடு ஒன்று லட்சக்கணக்கில் போலீஸ் வேன்களிலும், ஜீப்களிலும் தமிழ்நாடு முழுதும் பட்டி தொட்டிகள், பட்டினக் கரைகள் எங்கணும் விநியோகிக்கப் பட்டன. அந்தத் துண்டு அறிக்கையில் "கருணாநிதிக்கு முப்பது கோடி ரூபாய் சொத்து இருக்கிறது" என்ற முற்றிலும் அவதூறான பொய்மை நிறைந்த வாசகங்கள் குறிக்கப்பட்டிருந்தன. அந்தத் துண்டு நோட்டீசில் உள்ள அவ தூறுகளை இடைவிடாமல் வானொலியும் ஒலிபரப்பி வந்தது.

இவற்றுக்கெல்லாம் பதில்கூற, விளக்கமளிக்க எழுத்துரிமையும், பேச்சுரிமையும் இல்லை.

அதே நேரத்தில் தி. மு. க. எதிர்ப்பு ஏடுகள் எவ்வளவு பொய்யை வேண்டுமானாலும் எழுதலாம் என்று தட்டி விடப்பட்டன.

தடை விதிப்பில் சவ ஊர்வலங்கள், திருமண விழாக்கள், மதச் சடங்குகள் உட்படுத்தப் படவில்லை. ஏனோ தெரியவில்லை; எதேச்சாதிகாரிகளின் பார்வையில் அவை படவில்லை.

மதுரைச் சிறையில் மிசா கைதியாக இருந்த சாத்தூர் பாலகிருஷ்ணன் மறைந்து விட்டார். சிரித்த முகத்துடன் சிறை சென்று வெளியே பிணமாக வந்த அவரை வணங்கி மரியாதை செலுத்த சாத்தூர் சென்றேன். முன்னாள் அமைச்சர் கண்ணப்பன்தான் கார் ஓட்டி வந்தார்.

எனக்குக் காரோட்டி வந்த குற்றத்திற்காகக் கண்ணப்பனும் மிசா கைதியாக ஆனார்.

திருமண நிகழ்ச்சிகளில் தலைமை ஏற்க அழைக்கப்பட்டேன். பெரியார் அறிமுகப்படுத்தி, அண்ணா முதல்வராக இருந்தபோது சட்ட சம்மதம் பெற்ற சுய மரியாதைத் திருமண

விழாக்களில் மணமக்களை வாழ்த்தி அறிவுரை கூறும் வாய்ப்பு உண்டல்லவா?

அதனைப் பயன் படுத்திக் கொண்டு திருமண விழாக்களில் நெருக்கடி நிலைக்கு எதிர்ப்பான கருத்துக்களையும் நாட்டில் நடக்கும் அநீதிகளையும் விளக்கினேன்.

இந்திரா எடுத்துக்கொண்ட சபதம்!

திருச்சி, பொன்மலை, லால்குடி, சென்னை ஆகிய இடங்களில் நான் திருமண விழாக்களில் பேசிய பேச்சுக்களுக்காக வழக்குகள் பதிவு செய்யப்பட முயற்சிகள் நடந்தன. பிறகு அவைகள் கிடப்பில் போடப்பட்டன. கிரிமினல் குற்றம், ஊழல் வழக்கு போன்றவைகளுக்காக என் மீது விசாரணை நடத்திச் சிறையில் போட்டு அவமானப் படுத்த வேண்டு மென்பதுதானே இந்திராகாந்தியின் திட்டம்! அதனால் அவர்கள் என் மீது அரசியல் வழக்கு கள் போட விரும்பவில்லை.

"கருணாநிதியைத் தியாகி ஆக்கமாட்டேன்; ஊழல் பேர்வழி என்று களங்கப் படுத்திடுவேன்".

சென்னை கவர்னர் மாளிகையில் இந்திரா எடுத்துக் கொண்ட சபதம் இது!

(அந்தச் சபதம் நிறை வேறியதோ இல்லையோ, எய்த கணை, எய்தவரையே இன்று திருப்பித் தாக்குகிறது.)

திருமண விழாக்களுக்கு என்னை அழைத்தவர்கள் மிசாவிலோ, அல்லது பாதுகாப்புச் சட்டத்திலோ கைது யார் செய்யப்பட்டார்கள். நான் செல்லும் ஊர்களில் வீட்டிலாவது எனக்குச் சாப்பாடு போட்டால், அவர்கள் அடுத்த நாள் காலையில் கைது செய்யப்பட்டு, கையிலே விலங்குடன் தெருக்களில் இழுத்துச் செல்லப்பட்டு, மிசா கைதிகளாக அடைக்கப்பட்டனர்.

ஒரு வேதனைச் சம்பவம்!

திருச்சி சிறையிலே சுப்பிரமணியம், என்ற வாலிபர் மிசாகைதி! அவருக்கு ஏற்கனவே திருமணம் நிச்சய மாகியிருந்தது. திருமணத்திற்காகப் 'பரோல்' கேட்கப்பட்டது.

ஒரு நாள் பரோல் கிடைத்தது. திருமணத்திற்கு முதல் நாள் இரவு அவர், போலீசார் காவலுடன் வீடு போய்ச் சேர்ந்தார். மறுநாள் காலை திருமணம் நடக்கவேண்டும். திருமணத்தன்றே "முதலிரவு" ஏற்பாடு செய்திருந்தார்கள். காவலுக்குச் சென்ற போலீசார், 'முதலிரவு' நேரத்திலும் நாங்கள் அந்த அறையிலேயே இருப்போம் என்று கண்டிப்பாகக் கூறி விட்டனர். மணமகன் சுப்பிரமணியன், திருமணத்தையே ஒத்தி வைத்து விட்டு, திரும்பச் சிறைச் சாலைக்கேச் சென்றுவிட்டார், பரோலையும் ரத்துச் செய்து விட்டு!

என் காரில் எனக்குத் துணையாக வந்திருந்த நண்பர் உசேன் மிசாக் கைதியானார்.

அதன் பிறகு எனக்குத் துணையாக வந்து கொண்டிருந்த முன்னாள் சட்ட மன்ற உறுப்பினர் சுருளிவேல் மிசாவில் கைது செய்யப்பட்டார். அதன் பிறகு எனக்கு உதவியாக இருந்த சென்னை டி. ஆர். பாலு மிசாக் கைதியானார்.

தலைமைக் கழகச் செயலாளர் பலரும் மிசாக் கைதி களாக இருந்ததால், மாணவர் அணிச் செயலாளர் எல். கணேசன் அவர்களை, தலைமைக் கழகப் பொறுப்பாளராக நியமித்திருந்தோம். அவரும் ஓரிரு மாதத்தில் மிசாவில் பிடிக்கப்பட்டார்.

அதன் பிறகு முன்னாள் அமைச்சர் சாதிக்பாட்சா தலைமைக் கழகப் பொறுப்பாளராக ஆக்கப் பட்டார்.

தலைமைக் கழகத்தில் சோதனை

தலைமைக் கழகம் சோதனையிடப்பட்டது. கணக்குகள், மினிட் புத்தகங்கள் எடுத்துச் செல்லப்பட்டன. இதுவரையில் திரும்பக் கொடுக்கவில்லை.

காவல்நிலையத்திற்கு அழைத்துச் செல்லப்பட்ட தன் கணவன் திரும்பி வரவே இல்லை என்ற செய்தியை தஞ்சை மாவட்டத்தைச் சேர்ந்த ஒரு பெண்மணி இப்போதுதான் புகாராகக் கொடுக்க முடிந்தது. நெருக்கடி நேரத்தில் அந்த செய்தியைக்கூட அந்தப் பெண்மணியால் வெளியில் கூற முடியவில்லை. சீராளன், திட்டமிட்டுக் கொலை செய்யப்பட்ட கொடுமையும் நெருக்கடி நேரத்தில்தான் நடைபெற்றது. வட ஆற்காடு மாவட்டத்தில் அதுவும் அந்த நேரத்தில் மூடி மறைக்கப்பட்ட செய்தியாகவே ஆகிவிட்டது. சிறையிலிருந்த தி,மு.க. தோழர்களின் தாயோ, தந்தையோ, மகனோ, மகளோ, மனைவியோ இறந்து விட்டால் சிறையிலிருப்பவர்க்கு ஒரு நாள் அல்லது இரு நாட்கள் பரோல் கிடைத்திடவே அரும்பாடு பட வேண்டியிருந்தது. ஆனால் தி. மு. க.வுக்கு எதிராக சாட்சியம் திரட்ட வேண்டுமென்பதற்காக அதிகாரிகள், சிறையிலிருந்த மிசாக் கைதிகள் சிலரை பரோலில் எடுக்க ஏற்பாடுகள் செய்து அவர்களை உதக மண்டலம், கொடைக்கானல் போன்ற இடங்களுக்கு அழைத்துச் சென்று ஓரிரு மாதங்கள், உல்லாசம் அனுபவிக்கச் செய்து தாங்கள் எழுதியவைகளில் கையெழுத்துக்களைப் பெற்றுக் கொண்டு, பிறகு சில நாட்களில் விடுதலை செய்து வீட்டுக்கு அனுப்பினர்.

கழகத்தவர் மீது வழக்குப் பதிவு

எங்கள் மீது விசாரணைக் கமிஷன் போதாதென்று கோதுமை விற்பனை சம்பந்தமான கிரிமினல் வழக்கொன்றும் என் மீது போடப்பட்டது.

கழகச் செயற்குழு நடைபெற்ற போது, கழகச் செயற்குழு

நடைபெற்ற இடத்திற்கு வெளியே நடைபெற்றதாகக் கூறப்பட்ட ஒரு நிகழ்ச்சியையொட்டி என் மீதும், முன்னாள் அமைச்சர் கண்ணப்பன், கோவை ராச மாணிக்கம், ஜி. லட்சுமணன் எம். பி., இளம்பரிதி எம்.எல். சி., மற்றும் பல தோழர்கள் மீதும் கொலை முயற்சி வழக்கொன்றும் தொடுக்கப்பட்டது.

நெருக்கடி நேரத்தில் அரசியல் வஞ்சம் தீர்க்கும் எண்ணத்துடன் அமைக்கப்பட்ட விசாரணைக் கமிஷனும், தொடரப்பட்ட வழக்குகளும் தமிழகத்தைப் பொறுத்த வரையில் இன்னமும் முடியவில்லை.

இந்திராவின் பழிவாங்கும் போக்கின் காரணமாக, பஞ்சாபின் முன்னாள் முதல்வர் பிரதாப் சிங் பாதல் மீது விசாரணைக் கமிஷன் போடப்பட்டு, அதன் அடிப்படையில் கிரிமினல் வழக்கும் போடப்பட்டு பாதலுக்கு எதிராக தீர்ப்பும் வழங்கப்பட்டது.

அந்தத் தீர்ப்பை எதிர்த்து பாதல், அப்பீல் செய்து கொண்டிருந்தார். ஆனால் இந்திரா காந்தி தோல்வியடைந்து ஜனதா ஆட்சி அமைந்ததும் பாதல் மீது இருந்த வழக்குகள் அனைத்தும் திரும்பப் பெறப்பட்டன.

அதே போன்று பழிவாங்கும் நோக்குடன் ஜார்ஜ் பெர்னாண்டஸ் மீதும், பிரபுதாஸ் பட்வாரி மீதும் போடப் பட்டிருந்த பரோடா வெடிகுண்டுச் சதி வழக்கும், ஜனதா ஆட்சியில் திரும்பப் பெறப்பட்டன.

பாதல், பஞ்சாப்பின் முதல்வர் இப்போது! பெர்னாண்டஸ் மத்தியில் அமைச்சர்! பட்வாரி, தமிழகத்தில் மேதகு கவர்னர்!

நெருக்கடிக் கால நிலை இன்னும் நீடிப்பதா?

நெருக்கடிக் காலத்தில் அவதிக்கு ஆளான தமிழ்நாடும், குறிப்பாகத் தி.மு.க.வும், இன்னமும் அதே நிலையைத்தான் அனுபவித்து வருகின்றன. இதை நினைக்கும் போது,

"இந்தியாவில் தமிழ்நாடு" என்று ஒரு பெருமூச்சு விடத்தான் வேண்டியிருக்கிறது.

காரணம் என்ன? நெருக்கடிக் காலத்தில், தங்கள் அதிகாரத்தை முழுமையாகவும் முரட்டுத் தனமாகவும் செலுத்தி அந்தச் சுவையை அனுபவித்த அதிகாரவர்க்கம் அந்தச் சுவையிலிருந்து தன்னை மீட்டுக் கொள்ள விரும்பவில்லை.

தி.மு.க.வின் வளர்ச்சியினால் எரிச்சலும் பொறாமையும் கொண்டிருக்கும் ஒரு கூட்டத்தார், நெருக்கடி நேரத் தில் தங்கள் இடங்களை வலுப்படுத்திக் கொண்டு, நெருக்கடி தீர்ந்த பிறகும் தி.மு.க.வை எப்படியாவது செல்வாக்கற்றதாக ஆக்கிவிட வேண்டுமென்று கருதுகின்றனர்.

நெருக்கடியின் போது கடைசியாகச் சில மாதங்கள், சுற்றடைப்புகளுக்குள் கூட்டங்கள் நடத்தலாம் என்ற அனுமதி கிடைத்தது. அதைப் பயன்படுத்திக் கொண்டு நான் சில கூட்டங்களில் கலந்து கொண்டேன். அப்போது தமிழ் நாட்டின் ஆங்கில ஏடுகளில் ஒன்றான “இந்து” ஒரு நீண்ட தலையங்கமே தீட்டியது. "விசாரணைக் கமிஷனை சந்தித்தவாறு, கிரிமினல் குற்றம் சாட்டப்பட்ட கருணாநிதி, பொது மேடைகளில் பேசவோ, விசாரணைக் கமிஷனை விமர்சிக்கவோ அனுமதிக்கப்படலாமா?" என்ற கேள்வியை அது எழுப்பியது.

ஆனால் நாட்டையே காடாக்க முனைந்த இந்திரா காந்தி இப்போது விசாரணைக் கமிஷன் முன்னும்; கிரிமினல் வழக்குகளின் முன்னும் நின்று கொண்டிருக்கிறார். அவர் நாடு முழுதும் பவனி வரலாமாம்; அதே ‘இந்து’ வரவேற்கிறது! வாழ்த்துகிறது!

இந்து ஏட்டின் மனப்பான்மை கொண்டோர் அவர் தம் அடிமைகள் இன்னமும் தமிழ்நாட்டில் கொட்ட மடித்துக் கொண்டுதான் இருக்கிறார்கள்.

திராவிட இயக்கத்தை ஒடுக்கிட உதவும் இன்றைய அரசு

அவர்களுக்கு ஆக்கமும் ஊக்கமும் அளித்து, திராவிடர் இயக்கத்தை தமிழ் தேசீய உணர்வை ஒடுக்கிட உதவும் வகையில்தான், இன்று தமிழ்நாட்டில் அமைந்துள்ள அ.இ.அ.தி.மு.க. அரசு செயல்பட்டு வருகின்றது.

அதன் முதலமைச்சர் சட்டப் பேரவையிலேயே நெருக்கடி நிலையை ஆதரித்து அதன் அவசியத்தை வலியுறுத்தி ஜே பி.யை வன்மையாகக் கண்டித்து இன்னமும் பேசுகிறார் என்றால்; ஜனநாயகத்தின்பால் அவருக்குள்ள பற்றும் பாசமும் தெளிவாகிறதல்லவா?

அவரது எஜமானியாக விளங்கும் இந்திரா காந்தி இவ்வளவுக்கும் பிறகு நெருக்கடி நிலைப் பிரகடனமும், அதன் தொடர்பான நடவடிக்கைகளும் நியாயமானதே என்று உறுதியோடு கூறும் போது அவர் வழிநிற்கும் தமிழக முதல்வர் எம் ஜி. ஆரும் அப்படித்தானே கூற வேண்டும்?

பன்சிலால் ராஜ்யத்தில் அவரது மகனின் ஆணைப்படி காவல் நிலையத்தில் அவனுக்கு வேண்டாத ஒரு குடும்பம் பட்டபாட்டைப் படித்தாலே கண்கள் நீர் வீழ்ச்சிகளாகின்றன. சகோதரனையும் சகோதரியையும் நிர்வாணமாக்கி காவல் நிலையத்தில் ஒரே அறையில் போட்டுப் பூட்டிப் போர்வையொன்றுக்குள் இருவரையும் ஒரு சேர படுக்க வைத்துக் கொடுமை புரிந்தார்கள், சண்டாளர்கள் என்று கேள்விப்பட்ட பிறகும் - சஞ்சய் காந்தியின் மாருதியின் ஊழல் காந்தியின் நகர்வாலா ஊழல், அனைத்து நாட்டு மக்களாலும் பேசப்பட்ட பிறகும்- - இந்திரா காந்தி, நேரு, பாரதி, அண்ணா போன்றோரின் பொன் மொழிகள், அவர் தம் பெயர்கள் ஏடுகளில் எடுத்துக் காட்டுக்களாக கூடப் பயன்படுத்தப்படக் கூடாது என்று எழுத்துச் சுதந்திரம் பறிக்கப்பட்ட பிறகும்— சமூக விரோதிகளை அடக்குகிறேன் என்ற போர்வையில், அரசியல்வாதிகளைக் கொடுமைப்படுத்த 'மிசா' பயன்

படுத்தப்பட்ட பிறகும்- நெருக்கடிநிலைக்கு 'லாலி' பாடுகிற ஒரு கூட்டம் இருப்பது ஆச்சரியம் தான்!

தி.மு.க. எந்த நிலையிலும் கொள்கையை முன்வைத்து இயங்குகிற ஒரு கட்சி என்பதைத் தொடர்ந்து உறுதிப்படுத்தி வருகிறது.

தமிழ்நாட்டில் தி.மு.க. சார்பிலும், தி. க. சார்பிலும் இந்திரா காந்திக்கு எதிராகக் காட்டப்பட்ட கறுப்புக் கொடி நிகழ்ச்சி, வரலாற்றில் இடம் பெற்று விட்ட ஒன்றாகும்.

இதே தமிழ்நாட்டில்தான் இந்திராகாந்தி இந்தியாவின் எந்த மாநிலத்திலும் இல்லாத அளவுக்கு மகத்தான முறையில் பல தடவை வரவேற்கப்பட்டிருக்கிறார். அவரைப் பிரதமராக ஆக்கியதும் தமிழ் நாட்டின் பெருந் தலைவர் காமராசர்தான்! அந்தப் பதவியில் அவர் நீடிக்க அவருக்குத் துணை நின்றதும் தமிழ்நாட்டுப் பேரியக்கமாம் தி.மு.கழகம்தான்!

இன்று எங்குமே சந்தித்திராத எதிர்ப்பை இந்தியாவின் முன்னாள் பிரதமர் இந்திரா காந்தி சந்தித்ததும் தமிழ் நாட்டில்தான்!

தமிழ்நாடு தொடங்கிய எதிர்ப்பு கர்நாடகத்தில் பரவியது. 'ஆந்திரத்துக்கு இப்போது வரவேண்டாம்' என்றே கூறி அந்த அம்மையாரை வழி அனுப்பிவைத்து விட்டார்கள்.

கறுப்புக்கொடி நிகழ்ச்சி

கழக அரசைக் கலைத்தமைக்காகக் காட்டப்பட்ட கறுப்புக்கொடி அல்ல! கறுப்புக் கொடி காட்டியதற்கான காரணங்களில் அதுவும் ஒன்று!

ஜனநாயக நெறியை வேரோடு சாய்த்து சர்வாதிகார முறையை நடைமுறைப் படுத்த, தன்னுடைய சொந்த நலத்திற்காகச் சட்டங்களை மந்தி கை மாலையாக்க, இந்திரா காந்தி, லட்சக்கணக்கான குடும்பங்களைச் சீரழிக்க முற்பட்டார்!

மனித உரிமைகள் அனைத்துக்கும் சவப்பெட்டி தயாரித்தார். முடியிழந்த பிறகும் கூட தான் முன்பு எடுத்த முடிவுகளே சிறந்தவை என்று பிடிவாதம் பிடிக்கிறார்.

வேதனையில் கருகிய மக்களின் சார்பாக, சிங்கம் நிகர் சிட்டிபாபுவும், சாத்தூர் பாலகிருஷ்ணனும் சிறையில் மாண்டு மடிய நேரிட்ட கொடுமைகளுக்கு ஆளான குடும்பங்களின் சார்பாக, சிறைப்பட்ட செம்மல்கள் சிந்திய செந்நீர் கண்டு கண்ணீர் மல்கிய அவர்தம் உற்றார் உறவினர் பெற்றோர் சார்பாக, தனக்கொரு சட்டம் பிறர்க் கொரு சட்டம் என வகுத்துக்கொண்டு சட்டத்தின் கௌரவத்தையே குலைத்து, நீதிமன்றங்களைத் தன் காலடி யில் போட்டு மிதித்ததைக் கண்டு கலங்கிய நடுநிலையாளர்கள் சார்பாக, இந்தியாவில் நடைபெற்ற இரண் டாவது சுதந்திரப் போரில், நெருக்கடியை எதிர்த்து அமைப்பு ரீதியாக முதல் குரல் கொடுத்த தமிழகத்து அரசியல் இயக்கமும், இன எழுச்சி இயக்கமுமான திராவிட முன்னேற்றக் கழகம், வேதனைகளுக்கெல்லாம் வித்திட்ட இந்திராகாந்திக்குப் பேரெதிர்ப்பைத் தெரிவிப் திலும் முன்னணியில் நின்றது- முதல் முழக்கம் செய்தது-என்பதற்கு எடுத்துக் காட்டான நிகழ்ச்சியே; 1977 அக்டோபர் 29, 30 தேதிகளில் காட்டப்பட்ட கறுப் புக் கொடி!

அன்று கறுப்புக்கொடி காட்டாததேன்?

கழக ஆட்சியைக் கலைத்தமைக்காக அல்ல! சர்வாதிகாரித் தனத்தையே தனது துரைத்தனமாக ஆக்கிக் கொண்டதைக் கண்டித்து! அதுவே சரி என்று இன்னமும் உறுதிபடுத்துவதை எதிர்த்து!

1976-ல் இந்திரா காந்தி வந்தபோது ஏன் கறுப்புக் கொடி காட்டவில்லை?-இப்படிச் சிலர் பேசினர்! அந்தச் சிலர் இருப்பது தமிழ்நாட்டுக்குத் தொன்று தொட்டு இருந்து வரும் "சாபக் கேடு"-அந்தச் சிலர் எப்போதும் இருப்பர் கழனியில் களைபோல! முழுமதி முகத்தில் குறு மருக்கள் போல!

1976-ல் கறுப்புக் கொடி காட்டப்படும் என்று எப்படி விளம்பரம் செய்ய முடியும்?

ஏடுகளில் வெளியிட முடியுமா?

அச்சகங்கள் சுவரொட்டிகளை அச்சடித்துத் தரமுடியுமா?

கறுப்புக் கொடியைக் கையிலேந்தி நின்றாலும் அது செய்தியாக வர முடியுமா?

சென்சாரை எதிர்த்து நான் செய்த மறியல் அறப் போரே நெருக்கடி காலம் முடிந்த பிறகு தானே நாட்டுக்குத் தெரிந்தது?

ஜனநாயக முறைப்படி இந்திராவுக்கு எதிராக அறவழியில் நடத்தப்பட்ட கறுப்புக் கொடி நிகழ்ச்சியில் புகுந்து கலகம் விளைத்து வன்முறையைத் தூண்டினர் மதுரைக் காங்கிரசார்!

தமிழக முதல்வர் எடுத்த நடவடிக்கை

அதன் காரணமாக விரும்பத் தகாத பல நிகழ்ச்சிகள் மதுரையில் நடைபெற்றன.

மதுரையில் வன்முறை உருவாகக் காரணமென்ன என்பதை ஆராய்ந்து அதனைச் சரி செய்வதற்குப் பதிலாக, தமிழக முதல்வர் எம். ஜி. ஆர். மற்ற ஊர்களுக்குத் தடை உத்தரவு பிறப்பித்தார்.

அதன் விளைவு என்ன? தீனன், பாபு, சுப்பிரமணி என்ற தமிழர்கள் துப்பாக்கிக் குண்டுகளுக்குப் பலியாயினர் சென்னையில்!

நூற்றுக்கணக்கணக்கான தமிழர்கள் காயமுற்றனர். தடையை மீற வேண்டிய அவசியம் தி.மு.க.வுக்கும், தி. க. வுக்கும் ஏற்பட்டது. மார்க்ஸிஸ்ட் கம்யூனிஸ்டு கட்சியும் தடையை மீறி கறுப்புக்கொடி காட்ட முனைந்தது.

மற்ற கட்சிகளின் மீது தடையை மீறியதாக வழக்கு. என் மீதும் பொதுச்செயலாளர் பேராசிரியர், பொருளாளர் சாதிக், துணைப் பொதுச் செயலாளர் ப.உ.ச, மற்றும் கழக முன்னணியினர், தலைமைக் கழகச் செயலாளர்கள், வட்டாரக் கொள்கை பரப்புச் செயலாளர்கள், மாவட்டச் செயலாளர்கள், செயல் வீரர்கள், கழகக் கண்மணிகள் மீதெல்லாம் 307-வது செக்ஷன் கொலை செய்ய முயற்சித் ததாக, அதற்குச் சதி செய்ததாக பல்வேறு சட்டப் பிரிவு களில் வழக்குகள்! ஆம் "மினி மிசா" தமிழகத்தில் தொடர் கதையாகிறது.

துரோகக் கூட்டம்?

பிற கட்சிகளில் உள்ள ஒருசில நல்லவர்கள் தவிர பொதுவாக திராவிடர் இயக்கத்தை அதிலும் குறிப்பாக தி.மு. கழகத்தை அழித்து ஒழித்து விட்டால்தான் தமிழினம் தமிழ் மொழி - தமிழ்ப்பண்பாடு-போன்ற உணர்வு களையும், பிற்படுத்தப் பட்டோர், தாழ்த்தப்பட்டோர், நடுத்தர வர்க்கத்தினர் நலனுக்காகத் தொடர்ந்து நடை பெறும் மௌனப் புரட்சியையும் பூண்டற்றுப் போகச் செய்ய முடியும் என்று கருதுகிற ஒரு கூட்டம் இருக்கிறது.

அந்தக் கூட்டத்தின் வால்பிடிக்க, பதவி பணத்திலே நாட்டங் கொண்ட நம்மனோர் சிலரும் துடிக்கின்றனர்.

அந்தக் கூட்டமும், அதன் ஏவல் கேட்டு நிற்கும் ஏமாளி வர்க்கமும்-தி. மு. க. எனும் தமிழ்ப் பேரியக்கத்திற்கு எதிராக இந்தியாவில் எல்லா இடங்களிலும் காலூன்றியிருப்பதை நம்மால் காண முடிகிறது.

அவர்களுக்கிடையே நான்கு பக்கமும் வேடர் சுற்றிட நடுவில் சிக்கிய மான்போல் தி. மு. க. ஆக்கப்பட்டாலும், அது மதகரி போல் கிளர்ந்தெழுந்து-இந்திய ஜனநாயகம் வாழ- இந்தியாவில் தமிழ்நாடு தலைநிமிர்ந்து வாழ- எதிர்ப்புக்கள் எந்த வடிவுகொண்டு வரினும் அவற்றை இடரியெறிந்து பீடு நடை போடத் தவறாது! வெற்றிக் கொடி ஏற்றத் தயங்காது!

சிறையிலிருந்து நாங்கள் மேற்கொள்ளும் இந்தச் சூளுரை பொய்க்காது!

இந்தியாவில் தமிழ்நாட்டிக்கு ஏற்றதோர் இடல் உண்டு! அந்த ஒளிவிளக்கை ஏற்றி வைக்கும் ஆற்றல் தி.மு.கவுக்கு உண்டு!

முற்றும்.

★★★

9 788199 705968